ఏనుగుల వీరాస్వామయ్యగారి

కాశీయాత్ర చరిత్ర

తృతీయ ముద్రణము

పీఠిక

భారతదేశ చరిత్రను గురించీ ప్రజల స్థితిగతులనుగురించీ తేట తెనుగులో జాబులుగానూ, దినచర్యగాను రచింపబడిన యీ చరిత్రగ్రంథము తెనుగు వాఙ్మయంలో అపూర్వమైనది. ఇది అందరూ చదవవలసిన పుస్తకం. ఇది చిరకాలం కిందటనే అనగా 1838 లో నొకమారు 1869 లో నింకొకమారు అచ్చుపడిందిగాని మళ్ళీ అచ్చుపడలేదు. అందువల్ల ఈ పుస్తకంయొక్క ప్రతులు ఇప్పుడు చదవడానికైనా ఎక్కడా దొరకడంలేదు. ఏమారుమూలనైనా తలవని తలంపుగా ఒక ప్రతి దొరికినా దానిలోని పుటలు తిప్పితేనే నుసిఅయిపోయేటంత పాతబడి శిథిలస్థితికి - వున్నాయి. వీరాస్వామయ్యగారు 1832 ఆ ప్రాంతంలో సి. పి. బ్రౌను దొరగారికి వ్రాయించి పంపిన పుస్తకం వ్రాతప్రతి యొకటి చెన్నపట్టణం ఓరియంటల్ మాన్యుస్క్రిప్ట్స్ లైబ్రరీలో ఉందిగాని, అది చదవడానికి అక్కడకు వెళ్లి కొన్నాళ్ళు ఉండాలి. అందే కాకుండా అచ్చు పుస్తకానికీ గానీ కొన్ని భేదాలు కూడా వున్నాయి. అందువల్ల ఈ గ్రంథం మళ్ళీ అచ్చు వేయడం చాలా అవసరమైంది.

పుస్తకం రచింపబడిన నాటికీ నేటికీ మనదేశ పరిస్థితులలో చాలా మార్పులు వచ్చాయి. అందువల్ల అప్పట్లో వీరాస్వామయ్యగారు ఆ కాలంనాటి వారందరికీ తెలిసిన సంగతులే యని విపులంగా వ్రాయక సూచించి వదిలిన రాజకీయ సాంఘిక చారిత్రిక విషయములు అనేకములు ఇప్పుడు విప్పి చెప్పితేనేగాని అర్థంకావు. ఉదాహరణానికి తిరుపతి దేవస్థానంవల్ల కుంపినీవారికి ప్రతిసాలున లక్ష రూపాయిలు ఆదాయం వస్తున్నదని ఆ గ్రంథంలో వ్రాసివున్నది. ఆ కాలంలో మన ధర్మాదాయాలన్నీ కుంపినీవారే స్వయంగా పరిపాలించేవారనిన్నీ భోగములు, ఉత్సవాలు కలెక్టర్లు చేయించేవారనిన్నీ, మిగిలిన సొమ్ము కుంపినీ ఖజానాలో చేరేదనిన్నీ ఆ కాలంనాటి చరిత్ర చదివితేనే తప్ప తెలియదు. ఇలాంటి చారిత్రికాంశాలన్నింటికీ తగిన వివరణములు, తఫ్సీళ్లు, సంపాదించి ఫుట్‌నోట్సుగా వ్రాశాను.

1824-1826 మధ్య కలకత్తాలో కుంపినీవారి కొలువులో ప్రధాన క్రైస్తవ మతాధికారిగా నుండిన బిషప్ హెబరుదొర భారతదేశంలో పర్యటనం చేసి తాను చూచిన సంగతులను తన దినచర్యలోను తన భార్యకు స్నేహితులకు వ్రాసిన ఉత్తరాలలోను వ్రాసియున్నాడు. అది బిషప్ హెబర్సు జర్నల్ అని మూడు సంపుట

ములుగా ప్రకటించబడి ఆ కాలంనాటి హిందూదేశ [illegible] గురించిన ప్రమాణగ్రంథంగా పూజింపబడుతూ వున్నది. మన వీరాస్వామయ్యగారి గ్రంథం ఆ గ్రంథానికి [illegible] తీసికట్టుకాదు. సందర్భానుసారం [illegible] గారి గ్రంథంలో నుండి కొన్ని పంక్తులు ఈ గ్రంథంలో [illegible] చాను.

పూర్వముద్రణం అచ్చుప్రతులలో వదిలివేయబడి [illegible] భాండాగారంలో వున్న వ్రాతప్రతిలోని విశేషాంశాలను కొన్నింటిని [illegible] సారంగా వుదాహరించాను.

వీరాస్వామయ్యగారి పర్యటనమును తెలుపగల ఒక [illegible] పటమును దీనిలో చేర్చారు. శ్రీ వీరాస్వామయ్యగారి యొక్కయు, [illegible] తోడ్పడిన వీరి మిత్రులైన కోమలేశ్వరపురం శ్రీనివాసపిళ్ళగారు, [illegible] చార్యులుగారు, జార్జి నార్టనుగార్ల యొక్కయు చిత్రపటాన్ని కూడా దీనిలో చేర్చాను.

ఈ గ్రంథాన్ని మళ్ళీ యిప్పుడు ముద్రించడంలో [illegible] మూలగ్రంథంలో మార్పులు ఏమీ చేయక యథాతథంగానే అచ్చువేయించాను. అయితే పాఠకుల సౌకర్యంకోసం గ్రంథాన్ని ప్రకరణాలుగా విభజించి, [illegible] మారినప్పుడల్లా పేరాలుగా విడదీసి, వాక్యాలు సులభంగా అన్వయం కావడానికి [illegible] కామాలు, మొదలైన గురుతులున్నూ, వాక్యాలచివర ఫుల్ స్టాపు [illegible] నాను. అందువల్లను చరిత్రాంశాలు వివరణలుగల [illegible] ణంలో 328 పుటలున్న గ్రంథం ఈ ముద్రణంలో [illegible] పుటలకు పెరిగింది.

కృతజ్ఞత.

కాశీయాత్ర చరిత్ర అచ్చు వేయించడానికి పూర్వముద్రిత గ్రంథం కోసం చాలారోజులు ప్రయత్నించినా దొరకలేదు [illegible] మనుష్యులు యిస్తామని చెప్పి యిచ్చారు కారు. ఆఖరికి [illegible] గ్రంథాలయంలో ఒక ప్రతి వుందని తెలియగా దాన్ని నా మిత్రులైన శ్రీ [illegible] సీతాకాంతంగారు స్వయంగా వెళ్ళి తెచ్చిపెట్టారు. దానిలో కొన్ని [illegible] చిరిగివున్నాయి. దాని కొక ప్రతి వ్రాసుకొని దానినిబట్టి ఈ [illegible] అచ్చు వేయిస్తూవుండగా రాజమహేంద్రవరంలో శ్రీ [illegible] దగ్గర యింకొక ప్రతి వున్నట్లు తెలిసింది. దాన్ని నా మిత్రులు శ్రీ [illegible] శాస్త్రిగారు తెచ్చిపెట్టారు. ఆ ప్రతినిబట్టి అచ్చుపడిన భాగాన్ని [illegible] సవరణ చేశాను.

పాత ప్రతిలో వున్న వీరాస్వామయ్యగారి బొమ్మను శ్రీ [illegible] చౌహాణ్ గారు ఫొటో తీశారు. దానినిబట్టి ఆంధ్రపత్రికా [illegible] శ్రీ [illegible] శంభుప్రసాదుగారు బ్లాకు తయారుచేయించి యిచ్చారు. వీరాస్వామయ్యగారి [illegible] మార్గాన్ని తెలిపే దేశపటానికికూడా వారే బ్లాకు తయారుచేయించి యిచ్చారు.

వీరాస్వామయ్యగారు జార్జి నార్టనుగారు, రాఘవాచార్యులుగారు కోమలేశ్వరపురం శ్రీనివాసపిళ్ళెగార్ల పటములుగల ఫోటోబ్లాకును శ్రీ పచ్చయ్యప్ప కళాశాల ధర్మాధికారులు యిచ్చారు.

ఈ గ్రంథంలో చేర్చిన రాజకీయ సాంఘిక చరిత్రాంశాలు, వివరణలు, ఫుట్‌నోట్సు వ్రాయడానికి అనేక పురాతన పుస్తకాలు చదవవలసివచ్చింది. మద్రాసు కన్నెమెరా లైబ్రరీలోవున్న ఆ పుస్తకాలను బెజవాడ రామమోహన గ్రంథాలయం ద్వారా తెప్పించుకోగలిగాను.

శ్రీ నాగళ్ల భవానీశంకరరాయడుగారున్నూ, శ్రీ రేకపల్లి విశ్వనాథంగారున్నూ, శ్రీ మాడపాటి లక్ష్మీకాంతరావుగారున్నూ, నా గుమాస్తా శ్రీ వల్లూరు వెంకట కృష్ణారావున్నూ యీ పుస్తకం వ్రాత వగైరా పనిలో నాకు చాలా సహాయంచేశారు.

యుద్ధంవల్ల కాగితం ధర ఎక్కువ అయింది. గ్రంథముద్రణం చాలా ధనవ్యయకారణమైంది. దీనిని అచ్చువేయడానికి క్రింద పేర్కొన్నవారు విరాళాలుయిచ్చారు:

శ్రీ పల్లేగమూడి పద్దయ్యగారు, యనమదల (కృష్ణాజిల్లా) రు. 50
శ్రీ మాకేటి నాగభూషణంగారి భార్య కనకమ్మగారు, బెజవాడ ,, 50
శ్రీ పాటిబండ అప్పారావుపంతులుగారు, బి. ఏ., బి. యల్., బెజవాడ. ,, 50
శ్రీ తోటకూర వెంకటరాజుగారు, తాడేపల్లిగూడెం. ,, 25
శ్రీ బసవరాజు సూర్యనారాయణరావు పంతులుగారి కుమారుడు
శ్రీ సుబ్బారావు పంతులుగారు, బెజవాడ. ,, 20

పైవిధంగా సహాయంచేసినవారందరికీ కృతజ్ఞుడను.

బెజవాడ,
2-9-1941.

—దిగవల్లి వేంకటశివరావు,
సంపాదకుడు.

ఏనుగుల వీరాస్వామయ్యగారు; వారి మిత్రులు.

రచయిత: దిగవల్లి వేంకట శివరావు.

ఏనుగుల వీరాస్వామయ్యగారు పంతొమ్మిదో శతాబ్ది ప్రారంభదశలో [illegible] క్రీ.శ.1780–1836 మధ్య చెన్నపట్నంలో వుండి, ప్రఖ్యాతి చెందిన [illegible] వీరు చెన్నపట్టణంకాపురస్థులు. ఆంధ్రనియోగి [illegible] వీరి తండ్రి[illegible] సామయమంత్రి. వీరిది శ్రీవత్స గోత్రము. 1815 మొదలుకొని 18[illegible] [illegible] ణంలో సదర్ అదాలతుకోర్టులో ఇంటర్‌ప్రిటరుగా పనిచేసిన [illegible] రస్థులైన శ్రీకొన్నెలకంటి సుబ్బారావుపంతులుగారికిన్నీ, [illegible] వెలవగైరా గ్రామముల జమీందారులున్నూ రాజమహేంద్రవరం [illegible] అయిన శ్రీ కొచ్చెర్లకోట వెంకటరాయనింగారికిన్నీ వీరు బంధువులు.

వీరే సంవత్సరంలో జన్మించారో తెలియటంలేదు. అయితే 1835లో [illegible] చాలించుకునేటప్పటికి 55 సంవత్సరాలు ఉన్నాయనుకుంటే, వీరు 1780 లో [illegible] యుంటారు.

వీరాస్వామయ్యగారికి తొమ్మిదవ యేటనే తండ్రి చనిపోయినారు. [illegible] ఎక్కువగా లేదు. ఈయన కష్టపడి వీధిబడిలో [illegible] చదువుకొని స్వయంకృషివల్ల ఇంగ్లీషునేర్చుకొని, [illegible] ఇండియా వర్తకకంపెనీవారి కొలువులో [illegible] గాలు చేసి మదరాసులో నేటి హైకోర్టుకు పూర్వం [illegible] తెలుగు అరవము ఇంగ్లీషు భాషలలో తర్జుమాచేసే ఇంటర్‌ప్రిటర్ [illegible] 1819 లో ప్రవేశించి, హెడ్ యింటర్‌ప్రిటర్ పదవిని పొందారు. [illegible] గొప్ప ఉద్యోగం. ఆ న్యాయస్థానంలో ప్రధాన న్యాయ[illegible] లందరి మన్ననలకూ వీరు పాత్రులై 1835 లో కొలువు [illegible] 1836 వ సంవత్సరం అక్టోబరు 3 వ తేదీన స్వర్గస్థులైనారు.

వీరాస్వామయ్యగారికి యింగ్లీషు తెలుగు అరవము[illegible] మంచి పాండిత్యం వుండేది. వీరికి శ్రుతిస్మృతులు, శాస్త్రాలు [illegible] అనేక పండితసభలందు పాల్గొన్నారు. 1[illegible]22-23 మధ్య [illegible] దానికి జరిగిన సభలో వాదించి గెలిచారు. [illegible] స్మృతులేవో ఉపస్మృతులేవో ఆదిపురాణాలేవో నిర్ణయి[illegible] తర్జుమాచేశారు. వీరాస్వామయ్యగారు దొరలతో [illegible] నిర్భయంగా చర్చించేవారు. వీరి అభిప్రాయాలు [illegible] కాశీయాత్ర చరిత్రలో వున్నాయి.

సీ. పి. బ్రౌనుదొరగారు వీరికి స్నేహితులు. ఈ బ్రౌనుదొరగారు 185[illegible]-54 మధ్య ప్రకటించిన తెలుగు నిఘంటువులో ఇంద్రాణి; శిదా; [illegible] అను పదాల అర్థాలకు వీరాస్వామయ్యగారిని ప్రమాణంగా [illegible].

వీరాస్వామయ్యగారు కన్యాకుమారి మొదలు కాశ్మీరం వరకున్నూ భారతదేశమంతటా రెండుసార్లు తిరిగి 1830–31 మధ్య తాము చూచిన సంగతులూ తమకు తోచిన సంగతులూ దినచర్యగాను తమ మిత్రులైన కోమలేశ్వరపురం శ్రీనివాసపిళ్ళగారికి జాబులుగాను వ్రాశారు. ఆనాటి భారతదేశస్థితిగతులన్నీ అందులో వర్ణించారు. దానిలో చెన్నపట్నం చరిత్ర కూడా వుంది. దానిని శ్రీనివాస పిళ్ళగారు కాశీయాత్రచరిత్ర అనే పేరుతో 1838-లో ప్రకటించారు.

కోమలేశ్వరపురం శ్రీనివాస పిళ్ళగారు

శ్రీ కోమలేశ్వరపురం శ్రీనివాసపిళ్ళగారు గడచిన శతాబ్దంలో చెన్నపట్టణంలో వుండి ప్రజాసేవ చేసిన అగ్రప్రముఖులు. వీరి తండ్రి పేరు మునియప్పిళ్ళ. వీరు సంపన్న గృహస్థులు. చెన్నపట్నంలో హిందూ వివాదాల కోసం, 1807లో స్థాపించిన మగోస్ గారు సత్రానికి 11 మంది దొరలతో పాటు నియమించబడ్డ 9 మంది దేశీయ ధర్మకర్తలలో వీరొకరు; చెన్నపట్నంలో కుంఫిణీవారి కొలువులో పోలీసు సూపరింటెండెంటుగాను మేజిస్ట్రేటుగాను పనిచేసిన వెంబాకం రాఘవాచార్యులుగారొకరు. ఏనుగుల వీరాస్వామయ్యగారు, వీరూ కలిసి 1833 లో నందన నామ సం॥రములో బీదలకు అన్నవస్త్రాలిచ్చి కాపాడడానికి చాలాపాటు పడ్డారు.

శ్రీనివాస పిళ్లగారు చాలా ధర్మాత్ములున్నూ దూరదృష్టి కలవారున్నూ అయి విద్యావ్యాప్తికి తమ యావచ్ఛక్తిని వినియోగించారు. ఈయనకు సంఘసంస్కారమంటే ప్రీతి. వీరు ఉదాత్తమైన భావాలు కలవారు. ఆడపిల్లలకు విద్య నేర్పవలెనని పట్టుదల కలవారు. స్వయంగా ఒక ఆడపిల్లల పాఠశాల నడిపారు. ఈయన ప్రజలలో ఆంగ్లజ్ఞానము వ్యాపింపచేయవలెనని చాలా కృషిచేశారు. వీరు చనిపోయేటప్పుడు విద్యాదానం కోసం 70 వేల రూపాయలు ధర్మం చేయడంవల్లనే వీరి దేశాభిమానము, విద్యాభివృద్ధియందు వీరికి గల ఆసక్తి వెల్లడి అవుతున్నాయి. వీరు చనిపోయిన కొన్నేళ్లకు ఆ నిధిలో నుంచి హిందూ బాలికా పాఠశాలలు కొన్ని స్థాపింపబడినవి. [illegible] ధర్మనిధిలోనుంచి పచ్చయ్యప్ప కళాశాలకు అంటి మూడు పాఠశాల స్థాపింపబడెను.

జార్జి నార్టన్‌గారు; వెంబాకం రాఘవాచార్యులుగారు.

1828 మొదలు 1853 వరకూ మద్రాసు సుప్రీం కోర్టులో అడ్వకేటు జనరలుగా వున్న జార్జి నార్టన్ గారున్నూ ఇంటర్‌ప్రిటరుగానున్న ఏనుగుల వీరాస్వామయ్యగారున్నూ, [illegible] వెంబాకం రాఘవాచార్యులు; శ్రీనివాస పిళ్ళగారున్నూ ముఖ్య మిత్రులు. వీరందరూ కలిసి ఆ కాలంలో గొప్ప ప్రజాసేవ చేశారు.

పచ్చయ్యప్పగారు నానా ధర్మాలకోసం వదలివేసిన లక్షలాది ధనాన్ని వారసులు తినివేసి దూరోగా పాత అడ్వకేటు జనరలైన కాంప్టన్ గారు కొత్త అడ్వకేటు జనరలైన నార్టన్ గారు వీరాస్వామయ్యగారు కష్టపడి ఆ దానధర్మాలను బయటికి తీసి

ఏనుగుల వీరాస్వామయ్యగారు; వారి మిత్రులు.

రచయిత: దిగవల్లి వేంకట శివరావు.

ఏనుగుల వీరాస్వామయ్యగారు పందొమ్మిదో [illegible] శ్రీ.శ.1780-1836 మధ్య చెన్నపట్నంలో వుండి, ప్రజాసేవ [illegible] లు. వీరు చెన్నపట్టణంకాపురస్థులు. ఆంధ్రనియోగి [illegible] సామయమంత్రి. వీరిది శ్రీవత్స గోత్రము. 1815 మొదలుగాని 1829 [illegible] ణంలో సదర్ అదాలతుకోర్టులో ఇంటర్‌ప్రిటరుగా [illegible] రస్థులైన శ్రీవెన్నెలకంటి సుబ్బారావుపంతులు గారికిన్ని, [illegible] వెలవగైరా గ్రామముల జమీందారులున్న రాజమహేంద్రవరం [illegible] అయిన శ్రీ కొచ్చెర్లకోట వెంకటరాయనింగారికిన్నీ వీరు బంధువులు.

వీ రే సంవత్సరంలో జన్మించారో తెలియదు. [illegible] 1835లో [illegible] చాలించుకునేటప్పటికి 55 సంవత్సరా లున్నాయనుకుంటే, వీరు 1780 [illegible] యుంటారు.

వీరాస్వామయ్యగారికి తొమ్మిదవ యేటనే తండ్రి చనిపోయినారు. [illegible] ఎక్కువగా లేదు. ఈయన కష్టపడి వీధిబడిలో [illegible] చదువుకొని స్వయంకృషివల్ల ఇంగ్లీషునేర్చుకొని, [illegible] ఇండియా వర్తకకంపెనీవార కొలువులో [illegible] గాలు చేసి మద్రాసులో నేటి హైకోర్టుకు పూర్వరూపమైన [illegible] తెలుగు అరవము ఇంగ్లీషు భాషలలో [illegible] 1819 లో ప్రవేశించి, హెడ్‌యింటర్‌ప్రిటర్ పదవిని పొందారు. [illegible] గొప్ప ఉద్యోగం. ఆ న్యాయస్థానంలో ప్రధాన [illegible] లందరి మన్ననలకూ వీరు పాత్రులై 1835 లో [illegible] 1836 వ సంవత్సరం అక్టోబరు 3 వ తేదిన స్వర్గస్థులైనారు.

వీరాస్వామయ్యగారికి యింగ్లీషు తెలుగు [illegible] మంచి పాండిత్యం వుండేది. వీరికి శ్రుతిస్మృతులు, శాస్త్రాలు [illegible] అనేక పండితసభలందు పాల్గొన్నారు. 1822-23 మధ్య [illegible] దానికి జరిగిన సభలో వాదించి గెలిచారు. [illegible] స్మృతులేవో ఉపస్మృతులేవో అదిపురాణాలేవో [illegible] తీర్మానంచేశారు. వీరాస్వామయ్యగారు దొరలతో [illegible] నిర్భయంగా చర్చించేవారు. వీరి అభిప్రాయాలు [illegible] కాశీయాత్ర చరిత్రలో వున్నాయి.

సీ. పి. బ్రౌనుదొరగారు వీరికి స్నేహితులు. ఈ [illegible] 1852-54 మధ్య ప్రకటించిన తెలుగు నిఘంటువులో [illegible] అను పదాల అర్థాలకు వీరాస్వామయ్యగారిని ప్రమాణంగా [illegible].

వీరాస్వామయ్యగారు కన్యాకుమారి మొదలు కాశ్మీరంవరకున్నూ భారతదేశమంతటా రెండుసార్లు తిరిగి 1830–31 మధ్య తాముచూచిన సంగతులూ తమకుతోచిన సంగతులూ దినచర్యగాను తమ మిత్రులైన కోమలేశ్వరపురం శ్రీనివాసపిళ్ళగారికి జాబులుగాను వ్రాశారు. ఆనాటి భారతదేశస్థితిగతు లన్నీ అందులో వర్ణించారు దానిలో చెన్నపట్నం చరిత్రకూడా వుంది. దానిని శ్రీనివాస పిళ్ళగారు కాశీయాత్రచరిత్ర అనే పేరుతో 1838లో ప్రకటించారు.

కోమలేశ్వరపురం శ్రీనివాస పిళ్ళగారు

శ్రీ కోమలేశ్వరపురం శ్రీనివాసపిళ్ళగారు గడచిన శతాబ్దంలో చెన్నపట్టణంలో వుండి ప్రజాసేవచేసిన ఆంధ్రప్రముఖులు. వీరి తండ్రిపేరు మునియప్పపిళ్ళ. వీరు సంపన్న గృహస్థులు. చెన్నపట్నంలో [illegible] నివారణ కోసం, 1807లో స్థాపించిన మహాగారు సత్రానికి 11 మంది దొరలతోసాటు నియమించబడ్డ 9 మంది దేశీయ ధర్మకర్తల లో వీరొకరు, చెన్నపట్నంలో కుంపినీవారి కొలువులో పోలీసు సూపరింటుగాను మేజిస్ట్రేటుగాను పనిచేసిన పెంబాకం రాఘవాచార్యులుగారొకరు. ఏనుగుల వీరాస్వామయ్యగారు, వీరూ కలిసి 1833 లో నందననామ సం॥కరవులో పేదలకు అన్నవస్త్రాలిచ్చి కాపాడడానికి చాలాపాటు పడ్డారు.

శ్రీనివాస పిళ్లె గారు చాలా ధర్మాత్ములున్నూ దూరదృష్టి కలవారున్నూ అయి విద్యావృద్ధికి తమ యావచ్ఛక్తినీ వినియోగించారు. ఈయనకు సంఘసంస్కార [illegible] ఉదారమైన భావాలుకలవారు. ఆడపిల్లలకు విద్య నేర్పవలెననే పట్టుదలకలవారు. స్వయంగా ఒక ఆడపిల్లల పాఠశాల నడిపారు. ఈయన ప్రజలలో ఆంగ్లజ్ఞానము వ్యాపింపచేయుటకొరకు చాలా కృషిచేశారు. వీరు చనిపోయేటప్పుడు విద్యాదానం కోసం 70 వేల రూపాయలు ధర్మం చేయుటంవల్లనే వీరి దేశాభిమానము, విద్యాభివృద్ధియందు వీరికి గల ఆసక్తి వెల్లడి అవుతున్నాయి. వీరు చనిపోయిన [illegible] ఆస్తిలో నుంచి [illegible] పాఠశాల యొకటి స్థాపింపబడింది. [illegible] ఆస్తిలోనుంచి పచ్చయ్యప్పకళాశాలకు అంటే మూడు పాఠశాల స్థాపింపబడింది.

జార్జినార్టన్‌గారు; పెంబాకం రాఘవాచార్యులుగారు.

1828 మొదలు 1853 వరకూ మద్రాసు సుప్రీం కోర్టులో అడ్వొకేటు జనరలుగా పనిచేసిన జార్జినార్టన్ గారున్నూ ఇంటర్‌ప్రిటరుగానున్న ఏనుగుల వీరాస్వామయ్యగారున్నూ, శ్రీపెంబాకం రాఘవాచార్యులు, శ్రీనివాస పిళ్ళగార్లున్నూ ముఖ్య స్నేహితులు. వీరంతా కలిసి ఆ కాలంలో గొప్ప ప్రజాసేవ చేశారు.

పచ్చయ్యప్పగారు దాన ధర్మాలకోసం వదలిచేసిన లక్షలాది ధనాన్ని వారసులు వినియోగించకపోగా పాత అడ్వకేటు జనరలైన కాంప్టన్ గారు కొత్త అడ్వకేటు జనరలైన నార్టన్ గారు వీరాస్వామయ్యగారు కష్టపడి ఆ దానధర్మాలను బయటికి తీసి

వాటి పరిపాలన కోసం చెన్నపట్నం సుప్రీము కోర్టులో ఒక స్కీము [illegible] చేయించారు. ఆ ప్రకారం 1832 లో ఏర్పాటు చేయబడిన [illegible] బోర్డులో శ్రీనివాస పిళ్ళగారి నొకధర్మకర్తగా నియమించారు. ఆబోర్డుకు [illegible] రాఘవాచార్యులుగారు అధ్యక్షులుగా వున్నారు. [illegible] లో [illegible] శ్రీనివాసపిళ్ళగారే అధ్యక్షులై 1852 లో వారు చనిపోయేవరకు ఆపదవిలో వున్నారు. జార్జి నార్టన్ గారు పేట్రన్ గా వుండి పచ్చయ్యప్ప విద్యాశాలల స్థాపనకూ అభివృద్ధికీ మూలకారకులలో ఒకరైనారు.

కుంపినీ పరిపాలన: ప్రజల స్థితి.

1835 వరకూ యీ దేశంలో ఇంగ్లీషు విద్య స్థాపించబడలేదు. ప్రజలలో అజ్ఞానం చాలా వ్యాపించివుంది. కుంపినీవారు కేవలం రాజ్యాక్రమణలోనూ వ్యాపారంలోను పన్నుల వసూలులోను మునిగి తమ లాభమే ఆలోచించేవారు గాని ప్రజల కష్టసుఖాలను గురించి యోచించేవారు కాదు. పూర్వపు గ్రామ పంచాయతీల పరిపాలన తీసివేసి కలెక్టర్ల పరిపాలన స్థాపించారు. ఈ కుంఫిని పరిపాలనలో ప్రజలు దరిద్రులై, విద్యలేక అజ్ఞానాంధకారంలోను అనారోగ్యంలోను పడి [illegible], [illegible] రోడ్లు, పల్లపు సాగుకు సౌకర్యాలు లేకపోవడము, పన్ను [illegible] లేక పోవడము, పన్ను లివ్వలేనివారిని హింసించడము, [illegible], అధికారుల లంచగొండితనము కోర్టుల [illegible] విజృంభణములవల్లను ఇంకా ఇతర అన్యాయాల వల్లను ప్రజలు [illegible] పడేవారు. కొంత ఉదారబుద్ధి గలిగి విద్యావ్యాప్తి చేయ తలచిన చెన్నపట్నం గవర్నరు సర్ తామస్ మన్రో 1827 లో [illegible] పోవడంతో ఆ కాస్త మంచి ప్రయత్నంకూడా ఆగిపోయింది.

మన దేశప్రజలకు ఇంగ్లీషు వారిని చూస్తే భయం. [illegible] తమ కష్టాలు ఎవరితో చెప్పుకోవాలో ఎలా చెప్పుకోవాలోకూడా తెలియదు. [illegible] దారి చూపించే రాజకీయ నాయకులున్నూ లేరు.

హిందూ లిటరరీ సొసైటీ.

ఇలాంటి పరిస్థితులలో ప్రజలలో కొంత [illegible] విజ్ఞాన వికాసమూ కలిగించాలని ఏనుగుల వీరాస్వామయ్యగారు, [illegible]గారు, శ్రీనివాస పిళ్ళగారున్నూ కలిసి జార్జి నార్టనుగారి నాయకత్వం క్రింద [illegible] హిందూ లిటరరీ సొసైటీ అనే ప్రజాసంఘాన్ని స్థాపించి సభలు చేసి [illegible] లిప్పించి గొప్ప కృషిచేశారు. ఈ సభ ఆధ్వర్యాన [illegible] గురించి [illegible] పాలనను గురించీ రాజ్యాంగశాస్త్రమును గురించీ ఇంగ్లీషు విద్య ఆవశ్యకతను గురించీ ప్రజల హక్కులను గురించి నార్టను గారు 1833–34 మధ్య కొన్ని ఉపన్యాసాలిచ్చారు. అందువల్ల చెన్నపట్నం ప్రజలలో రాజకీయ విజ్ఞానం కలిగింది. ప్రజలు ఇంగ్లీషు విద్య కావలెనని కుంపెనీవారిని కోరడం ప్రారంభించారు.

నవయుగారంభం

చెన్నపట్నంలో ఒక ఇంగ్లీషు కాలేజీ స్థాపించడం అవసరమనిన్ని తాము కూడా కొంతసొమ్ము విరాళం యిస్తామనిన్ని ప్రభుత్వం స్థాపించే విద్యాసంస్థల పరిపాలనలో తమకుకూడా కొంత అధికారమూ పలుకుబడీ వుండాలనిన్నీ కోరుతూ ఒక మహాజరు తయారుచేసి 70 వేలమంది సంతకాలుచేసి జార్జి నార్టన్ గారి ద్వారా 1838 నవంబరు లో గవర్నరుకు అందజేశారు. అంతట గవర్నరు ఎల్ఫిన్‌స్టన్ గారు ఇంగ్లీషువిద్యావిధానం స్థాపించడానికి నిశ్చయించి కొందరు దొరలను దేశీయులను గల ఒక యూనివర్సిటీ బోర్డును 1839 లో నియమించారు. అందులో మన రాఘవాచార్యులు గారు, శ్రీనివాస పిళ్ళగారుకూడా సభ్యులు. దానికి జార్జి నార్టన్ గారు అధ్యక్షులు. తరవాత స్థాపింపబడిన మద్రాసు యూనివర్సిటీ అనే ఉన్నత పాఠశాల పరిపాలక వర్గంలోకూడా వీరిని సభ్యులుగా నియమించారు. 1841 ఏప్రిల్ నెలలో జరిగిన ఆ ఇంగ్లీషు ఉన్నత పాఠశాల ప్రారంభోత్సవంలో ప్రజల ఉత్సాహం చూసి ఒక నూతన యుగం ప్రారంభమైందని గవర్నరుగారే అన్నారు.

శ్రీ గాజుల లక్ష్మీనర్సుసెట్టిగారు

వీరాస్వామయ్య ప్రభృతులు ప్రజాసేవ ప్రారంభించిన పదేండ్లలోనే చెన్నపట్నంలో అగ్రవర్తకులైన శ్రీ గాజుల లక్ష్మీనర్సు సెట్టిగారు రాజకీయనాయకులై కుంఫిణీపరిపాలనలో వున్న లోపాలూ మిషనరీలు చేస్తూవున్న అన్యాయాలు ప్రజలకష్టాలు పైవారికి తెలియచేసి రాజ్యాంగ సంస్కరణల కోసం పాటుపడడానికి చెన్నపట్టణ స్వదేశసంఘం అనే ప్రజాసంఘాన్నీ క్రిసెంటు అనే జాతీయపత్రికను 1844 లో స్థాపించి గొప్ప రాజకీయ ఆందోళన లేవదీసి ఇరవైయేండ్లు ప్రజాసేవచేశారు.

ఇలాగ తరువాత కలిగిన విద్యాభివృద్ధికీ జాతీయ చైతన్యానికీ ఉత్తరదేశంలో రామమోహనరాయల లాగ ఇక్కడ మన శ్రీనివాసపిళ్ళె, వీరాస్వామయ్య ప్రభృతులే పునాదివేశారని నిస్సంశయముగా చెప్పవచ్చు. పచ్చయ్యప్పకళాశాలాభవనంలో 1868 లో ఉపన్యసిస్తూ అప్పట్లో చెన్నపట్నం హైకోర్టులో అడ్వొకేటు జనరల్ గా వున్న జాన్ బ్రూస్ నార్టన్ గారు ఈ దక్షిణ హిందూస్థానంలో ఇంగ్లీషు విద్యాభివృద్ధికి మూలపురుషులు వీరేనని ప్రశంసించారు.

చరిత్ర సాధనాలు

ఏనుగుల వీరాస్వామయ్యగారి జీవితాన్ని గురించి వారి కాలంనాటి స్థితిగతులను గురించి వారు చేసిన ప్రజాసేవను గురించి శ్రీనివాసపిళ్ళె ప్రభృతులను గురించీ ఇంకా వివరాలు తెలుసుకోగోరేవారు ఈక్రింది పుస్తకాలు, పత్రికలు, చూడవచ్చును.

Rudimentals,— by George Norton (1841)
Educational Speeches of The Hon. John Bruce Norton 1853—1865
The Madras Journal of Education. April 1868, p p. 154—155
The Asylum Press Almanac . Madras, 1820—1855
The History of Pachaiappa's Charities

History of the Presidency College Madras (Centenary) 1940.
The Madras Tercentenary Commemoration Volume
The History of Madras - Prof. C. S. Srinivasachari
Vestiges of Old Madras — H. D. Love
Life of Gazula Lakshminarsu Chetty Garu, - Representative men of Southern India-by G. Parameswaram Pillai (1896)
The Journal of Vennelacunty Soobrow Native of Ongole —Foster Press, Madras, 187[illegible]

శ్రీ ఒంగోలు వెంకటరంగయ్యపంతులు [illegible] గొప్పవారు—వెన్నెలకంటి సుబ్బారావుపంతులు [illegible].

1941 సం॥ మార్చి 1 వ తేది మొదలు కృష్ణాపత్రికలో 11 [illegible] టింపబడిన "ఇంగ్లీషుచదువులు" అనే శీర్షికతో నేను వ్రాసిన వ్యాసాలు.

ఆంధ్రపత్రిక వృషసంవత్సరాది సంచికలో [illegible] చరిత్ర' అనే శీర్షికతో నేను వ్రాసిన పెద్దవ్యాసం.

ఆంధ్ర వార పత్రికలో 1941 సం॥ మార్చి 26 తేది మొదలు [illegible] లలో నేను వ్రాసిన "బిషప్ హెబర్ గారి భారతదేశయాత్ర" అనే వ్యాసాలు.

ఆ పత్రికలోనే 1941 సం॥ [illegible] 5 వ తేదీన [illegible] గురించిన్ని జూలై 30 వ తేదీన శ్రీ ఏనుగుల వీరాస్వామయ్య [illegible] గురించిన్ని నేను వ్రాసిన వ్యాసాలు.

సి. పి. బ్రౌనుదొరగారికి వీరాస్వామయ్యగారు వ్రాసిన లేఖ

[వీరాస్వామయ్యగారి దస్తూరీతో [illegible] చెన్నపట్టణమున ఒరియంటల్ మాన్యుస్క్రిప్ట్సు [illegible] యాత్రా చరిత్ర వ్రాతప్రతితోపాటు [illegible] ఉన్నది. దానికి [illegible] ఉత్తరం పైన బ్రౌనుగారి దస్తూరితో [illegible] పైన "సి. పి. బ్రౌను ఎస్క్వైర్, మచిలీపట్టణము" అని [illegible] మున్నది.]

[illegible]
నా ప్రియమైన అయ్యా,
1831 [illegible]
16 వ తేది.

నేను నాకుటుంబంతో [illegible] చేరి సుప్రీము కోర్టులో నా (ఇంటరి ప్రెటర్) [illegible] నేను చాలాకాలము [illegible] యున్నది. అందువల్ల తమకు ఇంతకు పూర్వము జాబు వ్రాయలేక పోయాను. ఇందుకై నన్ను క్షమింప వేడుతాను.

నేను చెన్నపట్టణం చేరిన తరవాత శ్రీ॥ శే॥ జంగం పాపయ్యగారి భార్యను కొమాళ్ళను కలుసుకొని వారిదగ్గరనున్న స్కాందం *అనే గ్రంథంయొక్క వివరాల నడిగి తెలుసు కొన్నాను. ఈ స్కాందంలో * 6 సంహితలు 50 ఖాండ్లు ఒకలక్ష గ్రంథం ఉన్నది. ఆ యారు సంహితల పేర్లు యేమనగా:—

*సనత్కుమార, సంహిత	౧	వీటి శ్లోకాలు	౧౫౦౦౦
*సూతసంహిత	౨		౬౦౦౦
*బ్రహ్మసంహిత	౩		౩౦౦౦
*వైష్ణవ సంహిత	౪		౫౦౦౦
*శంకర సంహిత	౫		౩౦౦౦౦
*సౌరసంహిత	౬		౧౦౦౦

ఈ ఆరు సంహితలలో పాపయ్యగారు అయిదవదైన శంకర సంహిత * నిర్దుష్టమైన చక్కని తెనుగు పద్యములలోనికి అనువదింపచేశారు. దానిని నేను తెచ్చినాను. తమరు పంపమంటే ఆ ఆరు సంహితలను బంగీలో పంపుతాను; లేదా శంకర సంహిత * తెలుగుతర్జుమా మాత్రమే పంపుతాను. ఏ సంగతిన్నీ తెలుప కోరుతాను.

ఈసారి కాశీయాత్ర చేయడంలో నేను కడప, హైదరాబాదు, నాగపూరు, జబల్పూరు, మిర్జాపూరు, అలహాబాదుల మీదుగా పోయినాను. తిరిగి వచ్చేటప్పుడు నేను ఘాజీపూరు, బహారు, పట్నా, గయా, కలకత్తా, పూరీ (జగన్నాథము) గంజాము మీదుగా అన్ని ఉత్తరజిల్లాలగుండా వచ్చాను. దీనిని గురించిన సరియైన వృత్తాంతం తమకు వ్రాస్తూ వచ్చాను. ఈ వృత్తాంతంలో హైందవ పుణ్యస్థలము లన్నిటి యొక్క చరిత్రలు మహాజనుల చరిత్రలు మొదలైనవి వ్రాశాను. హిందూ మహమ్మదీయ శాస్త్రమతములను గురించీ హిందూపురాణములను గురించీ జ్యోతిశ్శాస్త్రమును గురించీ చర్చించాను. మరిన్నీ నేను చూచిన ఆయా ప్రదేశములలోని ప్రజల ఆచారాలు వ్యవహారాలు వానిలో ఒకచోటుకు ఇంకొకచోటుకు భేదము ఉండడానికి గల కారణాలున్నూ వర్ణించాను.

ఈ పుస్తకము చాలమంది కావలెనంటున్నారు. మచిలీపట్టణంలో మీరు స్థాపిస్తామని తలపెట్టిన ముద్రాక్షరాలలో యీ పుస్తకాన్ని అచ్చువేయించి మూడు నాలుగువందల ప్రతులు ప్రకటించడానికి అవకాశముంటుందా? ఈ పుస్తకాలు శీఘ్రంగానే అమ్ముడుపోతాయని నా నమ్మకము. ఈ పుస్తకమిప్పుడు వ్రాతలో 400 అరఠావులున్నది. తమకు కావలెనైతే ఒకటి రెండు వారాలలో నేను ఒక ప్రతిని పంపుతాను. తమరు నెమ్మది మీద చిత్తగించి నా విషయమైన తమ యభిప్రాయం దయచేయవచ్చును.

* ఈ మాటలు అసలు ఉత్తరంలో కూడా తెలుగులోనే వున్నాయి.

ఏనుగుల వీరాస్వామయ్యగారి కాశీయాత్రా చరిత్ర

సంపాదకుని ఫుట్‌నోట్సు - వివరణల సూచిక.

కాశీయాత్ర చరిత్ర మూలగ్రంథంలో వివరణలు

— [illegible]

ఏనుగుల వీరాస్వామయ్యగారి కాశీయాత్ర చరిత్ర

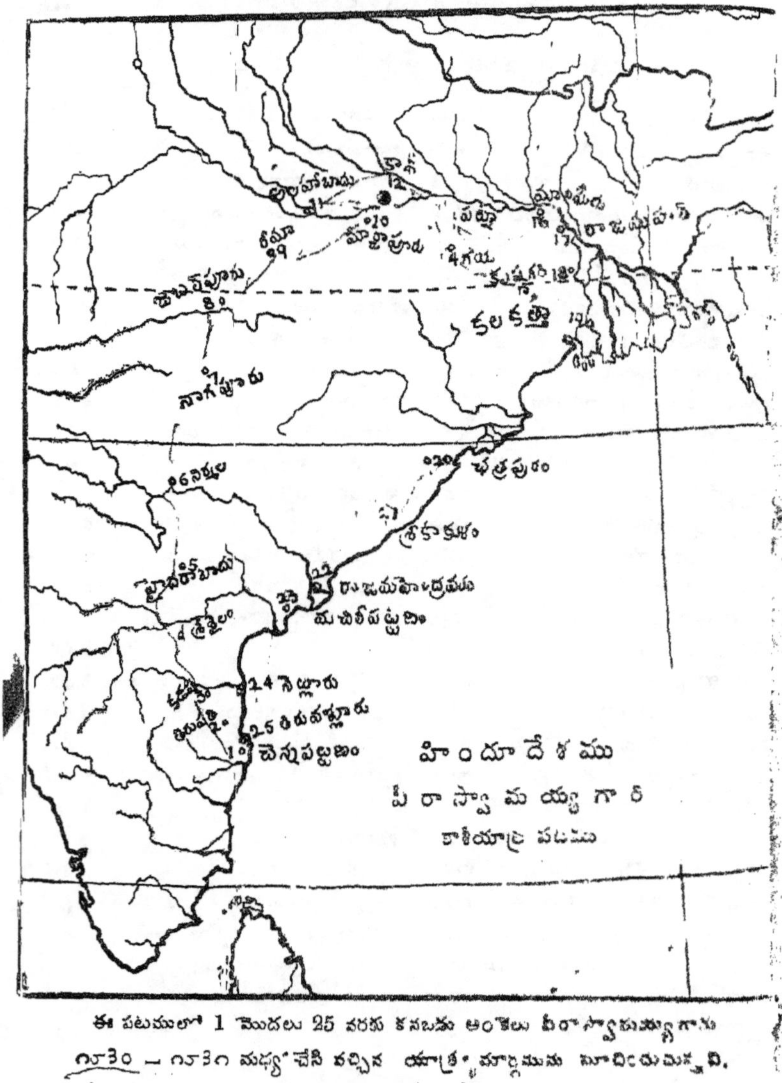

ఈ పటములో 1 మొదలు 25 వరకు కనబడు అంకెలు వీరాస్వామయ్యగారు ౧౮౩౦ – ౧౮౩౧ మధ్య చేసి వచ్చిన యాత్రా మార్గమును సూచించుచున్నవి. ఈ అంకెల మధ్య గల ముఖ్యమైన [illegible]

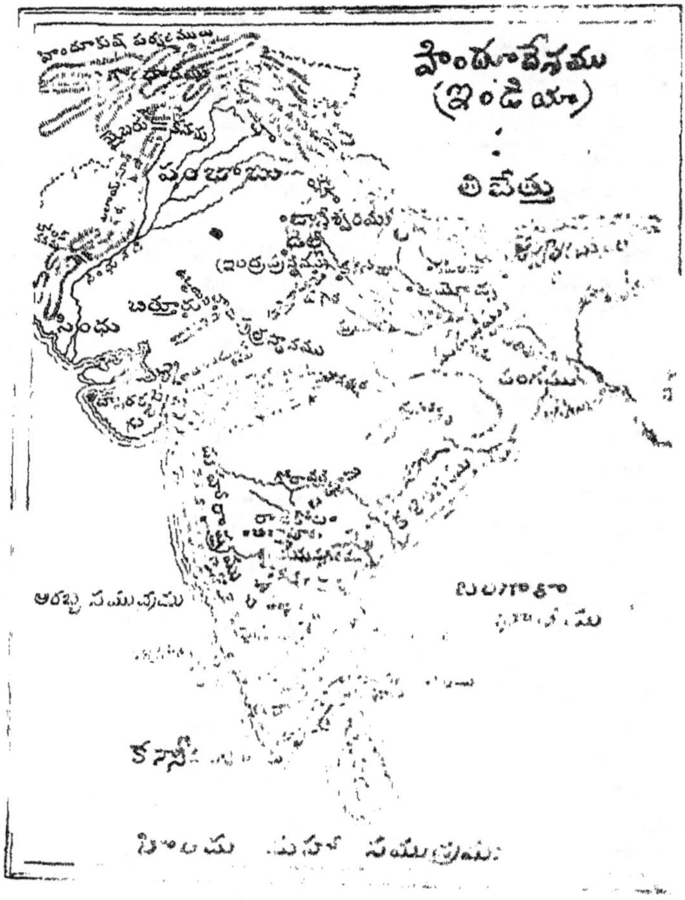
హిందూదేశము
(ఇండియా)
టిబెత్తు
పంజాబు
సింధు
వంగము
అరబ్బి సముద్రము

ఏనుగుల వీరాస్వామయ్యగారి కాశీయాత్ర

మజిలీ వూళ్ళ పట్టిక

హిందూదేశ పటములో

మజిలీ సంఖ్య	నడిమి వూళ్లు.	పుట
	౧౮౩౦ సం॥ రం॥ మే నెల ౧౮	
1.	చెన్నపట్టణము	౧
	మాధవరము	౧
	పాలవాయి సత్రం	౧
	వెంకటేశ నాయడి సత్రము	౧
	(పెదపాళెము)	
	తిరువళ్ళూరు	౨
	(వెంగలి, రామంజేరి)	
	కనకమ్మ సత్రము	౨
	(కార్వేటి నగరం)	
	బుగ్గగుడి	౨
	పుత్తూరు	౨
	వడమాలపేట సత్రం	౩
	అలమేలు మంగాపురం	౩
	మే ౨౩.	
2.	దిగువ తిరుపతి	౩
	తిరుపతికొండ	౪
	మే ౩౦.	
	కరకరంబాడు	౫
	శెట్టిగుంట	౬
	బాలపల్లె	౬
	కోడూరు	౬
	వోరంబాడు	౬
	పుల్లంపేట	౬
	నందలూరు	౭
	అత్తిరాల	౭
	భాకరాపేట	౭
	వొంటిమిట్ట	౭
3.	కడప	౮
	పుష్పగిరి	౮
	కాజీపేట	౮
	దువ్వూరు	౯
	వంగలి	౯
	జూన్ ౯	
	అహోబిళము	౯-౧౦
	శ్రీరంగాపురం	౧౦
	రుద్రవరము	౧౦
	మహానంది	౧౦
	బండాత్మకూరు	౧౧
	వెలపనూరు	౧౧
	ఓంకారము	౧౧
	వెంపెంట	౧౨
	ఆత్మకూరు	౧౨
	నాగలోటి	౧౫
	పెద్దచెరువు	౧౫
	జూన్ ౧౬.	
4.	శ్రీశైలము	౧౬-౨౦
	భీమునికొల్లము	౨౦
	పెద్దచెరువు	౨౧
	జూన్ ౨౧.	
	నివృత్తి సంగమం	౨౧
	(కృష్ణ దాటడం)	
	ముసలిమడుగు	౨౨
	జూన్ ౨౧.	
	సిద్ధేశ్వరం ఘాటు	౨౩
	పెంటపల్లె	౨౪
	పానగల్లు	౨౫
	చిన్నమంది	౨౫
	వనపర్తి	౨౬
	గణపురం	౨౬

మజిలీ సంఖ్య	నడిమి పూళ్ళు.	పుట
	చోళీపురము	౨౬
	మనోజీపేట	౨౬
	జడచర్ల	౨౭
	నాగనపల్లె లేక బాలనగరం	౨౮
	జానంపేట లేక ఫరక్కునగరం	౨౯
	షాపురం	౨౯
	జూన్ ౨౯.	
5.	హయిదరాబాదు	౩౨-౪౦
	బేగంబజారు	౩౩
	జూలై ౮.	
	శికిందరాబాదు	౩౫
	గోలకొండ	౩౬
	జూలై ౨౦.	
	మేడిచర్ల	౩౯
	మాసాపేట	౪౦
	బిక్కనూరుపేట	౪౧
	కామారెడ్డిపేట	౪౨
	మల్లుపేట	౪౨
	యాదలవాయి	౪౩
	జగనంపల్లె	౪౪
	వేములవాడ	౪౫
	దూదుగాం	౪౫
	స్వర్ణ	౪౫
	ఆరూత్రి[illegible]	౪౫
	రామనపేట	౪౬
	జూలై ౩౧. (గోదావరి దాటడం)	
6.	నిర్మల (తుళదగ్గి[illegible])	౪[illegible]-౫[illegible]
	ఆగస్టు [illegible].	
	సొన్నూరు	[illegible]
	విచోడా	౫[illegible]

మజిలీ సంఖ్య	నడిమి పూళ్ళు.	పుట
	ఏదులాబాదు	౫[illegible]
	(చిన్నగంగ దాటడం ౫౪)	
	ధనోరా*	౫౩
	కామరు*	౫౪
	[illegible]	౫౫
	వరోడా	౫౬
	నాసిర	౫౭
	మాదుగాం	౫౮
	[illegible]	౫౮
	గూంగాం	౫౯
	తాకిలీఘాట్[illegible]	౫౯
	ఆగస్టు ౧౪.	
7.	నాగపూరు	[illegible]
	ఆగస్టు ౨౧.	
	కామిఠీ	[illegible]
	ఆగస్టు [illegible].	
	రామటెంకి	[illegible]
	[illegible]	[illegible]
	[illegible]	[illegible]
	[illegible]	[illegible]
	[illegible]	[illegible]
	[illegible]	[illegible]
	[illegible]	[illegible]
	[illegible]	[illegible]
	[illegible]	[illegible]
	[illegible]	[illegible]
	[illegible]	[illegible]
	[illegible]	[illegible]
	[illegible]	[illegible]
	[illegible]	[illegible]
	[illegible].	
	([illegible])	

*దారిలో వున్న చిన్న వూళ్ళు [illegible] అయినా [illegible] వున్నాయి.

మజిలీ సంఖ్య	నడిమి వూళ్ళు	పుట
	తిలవారా	౮౭-౯౧
	సుమతి	౮౭
	<u>సెప్టెంబరు ౮.</u>	
8.	జబ్బల్‌పూరు	౯౧-౯౪
	<u>సెప్టెంబరు ౧౩.</u>	
	గోసలపూరు*	౯౪
	పెన్నగరు	౯౫
	సలమాబాదు*	౯౬
	మురువారా*	౯౮
	దెవురి	౯౮
	సభాగంజు	౯౯
	గుణవారా*	౯౯
	మైహరు*	౧౦౦
	అమరాపాటన్*	౧౦౮
	పల్నా	౧౦౮
	<u>సెప్టెంబరు ౨౨.</u>	
9.	రీమా*	౧౦౯-౧౧౪
	రాయపూరు	౧౧౪
	సత్తని*	౧౧౫
	మనగాం	౧౧౫
	మౌగంజు*	౧౧౫
	హానుమాన్యా*	౧౧౬
	కటుకెరి	౧౧౬
	కట్రా (బ్రహ్మన్‌గంజు)	౧౧౭
	లాలుగంజు	౧౧౮
	<u>సెప్టెంబరు ౨౯.</u>	
10.	మిరిజాపూరు	౧౧౯-౧౨౨
	<u>అక్టోబరు ౯.</u>	
	వింధ్యవాశిని	౧౨౨-౧౨౫
	గోపీగంజు	౧౨౫
	అండ్యాసరాయి	౧౨౬
	జానీసరాయి	౧౨౭

మజిలీ సంఖ్య	నడిమి వూళ్ళు	పుట
	<u>అక్టోబరు ౧౨.</u>	
11.	ప్రయాగ (అలహాబాదు)	౧౨౮-౧౫౫
	<u>అక్టోబరు ౨౩.</u>	
	గంగానదిమీద ప్రయాణం	౧౫౩
	<u>అక్టోబరు ౨౭.</u>	
12.	కాశీ (హరిద్వారము, గంగోత్రి బదరీనారాయణం, బదరీకేదారము ౧౭౬ కాశ్మీరము ౧౭[illegible])	౧౫౫-౧౭౮
	<u>డిసెంబరు ౧౭.</u>	
	గయకు ప్రయాణం	
	గాజీపూరు	౧౭౯-౧౮[illegible]
	[illegible], [illegible], [illegible], [illegible] పూరు, [illegible]పూరు	౧౮
	<u>డిసెంబరు [illegible].</u>	
13.	పట్నా ౧[illegible],౧[illegible],౧[illegible]-౧[illegible] ౨౦౩, ([illegible] ౧[illegible], దేవప్రయాగ ౧[illegible])	
	<u>౧౮౩౧ వ సంవత్సరం జనవరి ౧.</u>	
	[illegible]	౨[illegible]
	[illegible]	౨[illegible]
	[illegible]	౨[illegible]
	[illegible]	౨[illegible]
	<u>జనవరి ౪.</u>	
14.	గయ	౨[illegible]-౨[illegible]
	[illegible]	౨[illegible]
	([illegible] కాశీనుంచి గయకు దారి [illegible] ౨౨౪)	
	<u>ఫిబ్రవరి [illegible].</u>	
15.	పట్నా [illegible]	౨[illegible]

*దారిలోవున్న చిన్న వూళ్ళ [illegible] పుటలలో [illegible]

మజిలీ సంఖ్య నడిమి ప్రాళ్ళు.	పుట	మజిలీ సంఖ్య నడిమి ప్రాళ్ళు.	పుట
అకులల్లూరు	౩౫౩	బ్రాహ్మణపుదూరు	౩౬౦
వెలగపూడి సత్రము	౩౫౪	దొరవారి కోనేరు	౩౬౧
కరేడు	౩౫౪	మన్నారు పోలూరు	౩౬౨
కొత్తసత్రము	౩౫౪	(కోటపోలూరు)	,,
జువ్వల దిన్నె	౩౫౫	చిలకలపూడిరామస్వామిసత్రం	౩౬౨
పంటల్లూరు	౩౫౫	సుళూరుపేట	౩౬౨
కోవలూరిసత్రం	౩౫౫	గుమ్మడిపూడి	౩౬౩
ఆగష్టు ౨౫.		సెప్టెంబరు ౧.	
(పినాకినీనది దాటడం)		పొన్నేరి	౩౬౪
24. నెల్లూరు	౩౫౬	విమ్కో	౩౬౫
ఆగష్టు ౨౪.		సెప్టెంబరు ౨.	
మనుబోలు	౩౬౦	25. తిరువట్టూరు	౩౬౬-౩౬౭
గూడూరు	౩౬౦	౧౯౧౧ సం॥ సెప్టెంబరు ౩.	
నాయుడిపేట	౩౬౦	చెన్నపట్టణము	౩౬౭-౩౭౪

సరా:— బ్రాకెట్లలోనివి మజిలీప్రాళ్ళ కావు. అవి సందర్భానుసారంగా వర్ణింపబడ్డ ప్రాళ్ళు.

సవరణ:

17వ పుట, 2వ కాలము, 1-3 పంక్తులలో [illegible], [illegible] రాయజీలను గూర్చిన ఫుట్‌నోట్ వివరాలు పుట, [illegible] [illegible] దిద్దుకోవలెను.

చెన్నపట్టణ ప్రాచ్యలిఖిత పుస్తక భాండాగారములో నున్న కాశీయాత్ర చరిత్ర వ్రాత ప్రతిని గురించి వారిపుస్తకాల పట్టికలో వ్రాయబడిన వివరము

A DESCRIPTIVE CATALOGUE
OF THE
TELUGU MANUSCRIPTS IN THE GOVERNMENT
ORIENTAL MANUSCRIPTS LIBRARY,
MADRAS.

Vol. VI. Vacanakavyas, Pages 17..–17..8.

No. 1407. కాశియాత్ర చరిత్ర.

KASIYATRA CARITRA.

Substance, paper. Size, 12½ × 8 inches. Pages, 490. Lines, 21 on a page. Character, Telugu. Condition, slightly injured. Appearance, old. Mode of writing, fair and free from mistakes.

Complete.

The following note appears in the beginning of the work:

"*N. B.*—The printed copy is somewhat abridged from the present one, which was presented to me by the author. The manuscript is given at full length; another copy in my library No 247 is the abridged one—and the printed edition is yet more retrenched. The present Volume is the best of the three, the alterations afterwards made being not always improvements."

"C. P. Brown 1839"

At the close of the work is made the following note in pencil "Examined by Appiah and Vencatrow, Reader."

At the end of the MS is pasted a private letter of the Author Enugula Viraswami dated 15th December 1831, and addressed to Mr C. P. Brown. In this letter the Author describes the work as follows:

"During my last travel to Benares, I took my route in going thro' Cuddapah, Hyderabad, Nagpore, Jaubulpoor, Mirzapore and Allahabad. In return I came by Gazipore, (Chaprah), Patna, Gya, Calcutta, Pooree, Ganjam and all the Northern districts and kept a correct journal of the same. I beg also to inform you that in the journal, I have been giving a correct brief histories of all the Hindoo holy places, rivers, etc., and made several observations upon Hindooism, Mahamadism and Christianity, also upon Hindoo Mythology and Astronomy. I have also commented shortly upon customs, manners, castes, laws and late Governments of the several places."

శ్రీఏనుగుల వీరాస్వామయ్యగారి కాశీయాత్ర చరిత్ర

శ్రీ వీరాస్వామయ్యగారి పటములో నడిమేటి ప్రక్క [illegible] కుర్చీలో కూర్చుని యున్నారు. వీరి వెనుక కూర్చున్నవారు శ్రీ కోమలేశ్వరపురం శ్రీనివాస పిళ్లె గారు. వీరు వీరాస్వామయ్యగారి జీవితమును, కాశీయాత్రా చరిత్రమును 1838 లో అచ్చు వేయించిరి. ఎడమప్రక్క కూర్చున్నవారు శ్రీమాన్ [illegible] రామానుజాచార్యులు గారు. వీరు [illegible] వారు 1827 మొదలు 1853 [illegible] సుప్రీము కోర్టులో [illegible] శ్రీ [illegible] కలిసి 1833 లో పచ్చయ్యప్ప [illegible] హిందూ [illegible] ప్రజాసేవ చేసి [illegible] వ్రాసిన మహాత్ములైన శ్రీ [illegible] వందనములు.

— దిగవల్లి వేంకట శివరావు.

కాశీయాత్రచరిత్ర

యేనుగుల వీరాస్వామయ్యవారి
చేత వ్రాయబడి,

కోమలేశ్వరపురం శ్రీనివాసపిళ్ళెగారి
వుత్తరువు ప్రకారం

పుదూరి నారాయణశాస్త్రి చేత
లేఖక తప్పులు దిద్దబడి

౧౮౩౮ సం॥ ఏప్రిల్ నెలలో
అచ్చువేయబడిన యీపుస్తకము గవరన్మెంటువారి వుత్తరువు ప్రకారము
వర్తమాన తరంగిణీ ముద్రాక్షరశాలయందు
పువ్వాడ వేంకటరావుగారి వలన
చెంనపట్టణం
ముద్రింపబడినది.

౧౮౬౯ వ సం॥ డిసెంబరు నెల

పీఠిక.

ఇందువల్ల అతి వినయముతో తెలియపరచుట యేమంటె నేను గల వీరాస్వామి అయ్యవార్లుగారు కాశీయాత్రకు పోవునప్పుడు-యాత్ర సంగతులున్ను ఆయా ప్రదేశముల వినోద సంగతులున్ను వ్రాయించి పంపించవలెనని యడిగినందున వారు ఆలాగే అప్పుడప్పుడు వ్రాయించి పంపగా ఆ సంగతులను పుస్తకముగా చేర్చినాను. అవి [illegible] తపాలా రైటరు-పనయూరు వెంకు మొదలారి అరవభాషతో తర్జుమా చేయించగా అచ్చు వేయించి ప్రచురము చేయబడియున్నవి. [illegible] గొప్ప ప్రభువులు తెనుగుభాషతో నావద్దనున్న యీ పుస్తకము ప్రచురము చేయబడితే బహుజనోపయుక్తముగా నుండునని కోరినందున పైన చెప్పిన పుస్తకము కాశీయాత్రచరిత్ర యనే పేరుతో అచ్చు మూలకముగా ప్రచుర పరచడమైనది.

యిందులో యాత్ర పోవువారికి వుపయోగించేలాగు మార్గములు, మజిలీలు అచ్చట దొరికే వస్తువులున్ను వ్రాసియుండుట మాత్రమేగాక మార్గముల కిరుప్రక్కలనుండే అడవులు, కొండలు, పొలాలు, గుంటలు, తోపులు, వృక్షా మొదలైన వాటి వివరములున్ను, మార్గములో నుండే స్థలవసతి, గృహవసతి, జలవసతులున్ను మరియు పట్టణ గ్రామముల సంగతులున్ను, [illegible], తిరుపతి, అహోబిలము, శ్రీశైలము, కాశి, గయ, జగన్నాథము, శ్రీకూర్మము, [illegible] వైద్యనాధము, సింహాచలము, [illegible], [illegible] మొదలైన దివ్య దేశముల మహిమలున్ను, గంగ, యమున, సరస్వతి, ప్రయాగ, గోదావరి, కృష్ణ, సరయు, సోణభద్ర, కర్మనాశని, గండకి, ఫల్గుణి, [illegible] నది, సీతాకుండము, బ్రహ్మకుండము, పినాకిని మొదలైన నదుల మహిమలున్ను, హైదరాబాదు, నాగపూరు, కటకం, కలకత్తా, రాజమహేంద్రవరం, పట్నా, గంజాం, విశాఖపట్ణం, విజయనగరం, మచిలీబందరు, నెల్లూరు, చెన్నపట్ణం వగైరా పట్టణాల సంగతులున్ను, మరిన్ని ఆయా ప్రదేశములలో అద్వైత ద్వైత విశిష్టాద్వైత మతములు, క్రిస్తు మహమ్మదు మతములు [illegible]లున్ను, [illegible]

దేశస్థులకున్ను వుండే ఆచారాది భేదములు గౌడద్రావిడాది బ్రాహ్మణ జాతి విభజనలు, భూగోళ ఖగోళస్థితి క్రమములు మొదలైన యనేక విచిత్రసంగతులు బహుజనోపకారబుద్ధితో వ్రాయబడి యున్న వాటిలో యీ కొన్ని విషయములను యీ పుస్తకము అచ్చువేసి ప్రచురము చేయపూనుకొన్నందున నా బుద్ధిశక్తి స్వల్పమయినా విధిలేక యథాశక్తిగా వ్రాయడమైనది.

కోమలేశ్వరపురం శ్రీనివాసపిళ్ళె.

రామజయం

రాజశ్రీ యేనుగల వీరాస్వామి అయ్యవారలంగారు లోకోపకారబుద్ధితో యాత్రసంగతులను వ్రాయునప్పుడు ప్రస్తావములలో అనేకులకు సందేహాస్పదములైన విషయములను గురించి నిరుపమానమయిన బుద్ధిబలముచేత నిష్పక్షపాతముగా ప్రసంగించిన నిజమైన కార్యములను బయలుపరచి యున్నారుగనుక వాటిని చదివేవారు సులభముగా తెలుసుకునేకొరకు ఆ ప్రసంగములకు యెదుటనున్న సందున్న పుష్పములు వుంచి మరిన్ని స్పష్టముగా తెలిసేకొరకును ఆ ప్రసంగ గ్రంథపంక్తులయొక్క మొదళ్ళనున్ను పుష్పములు వుంచియున్నవి.* ఈ అతిసులభముగా చదివేవారికి తెలియుటకై ఆ యా ప్రసంగములు వుండే పుటల లెక్కయున్ను ఆ యా ప్రసంగములయొక్క సంక్షేప సంగ్రహములున్ను ఈ యెనుగున వ్రాయబడుచున్నవి.

---

* ఈ పుష్పము గురుతు ఈ ముద్రణమందు వుంచ లేదు.

ప్రసంగ తాత్పర్యము

పూర్వముద్రిణమున పుట — ఈ ముద్రిణములోని పుటలు

౫౬. ఇందులో ఆచారాలంకారాపహాస్యకేతములు దేశానుసారముగా స్మృతికర్తలు కలుగ చేసినందున వొక దేశస్థుడు మరియొక దేశస్థుని నిందించరాదని చెప్పి అందుకు [illegible] మందు భోజనానకు దృష్టిదోషము [illegible] పనిలేదనుచున్నారనిన్ని, [illegible] గనుక అగ్ని మొదలయిన యితర భూతములకు స్పర్శ దోషము లేనట్టు ఉదకానకున్ను పనిలేదనుచున్నారనిన్ని, [illegible] భక్షణము దక్షిణదేశమందు అనుకూలము కాని [illegible] యున్నా పూర్వోత్తర దేశస్థులు అంగీకరించలేదనిన్ని [illegible] చెప్పబడియున్నవి. [illegible]

౫౭. ఇందులో పరిశంచనందు [illegible] మంచి చెడు కలిసి యుంచున్నదని [illegible] ముగా హిందువులు [illegible] కలగవలెనని [illegible] పాకమందుకూడా ఆ [illegible] స్వరూపము తెలియక [illegible] ఆదిలోనే [illegible] మూఢులున్ను, బాలలున్ను, [illegible] మునిగిపోతారనిన్ని [illegible] విధవలు దుఃఖపడు[illegible] మొగుణ్ని చంపి [illegible] ములు చెప్పబడియున్నవి. [illegible]

౬౦. ఇందులో [illegible] మూతిజ [illegible] సృష్టిసంహారములు చేసే బ్రహ్మాదులకు [illegible]

పుటలు

లేకపోయినా స్థితికర్త అయిన విష్ణువుకు రక్షణార్థమై అనేక అవతారములు యెత్తవలసి వచ్చినందున అనేక మూర్తిభేదములు కలిగి ఆ మూర్తులు పూజ్యములయినవనిన్ని వొక విందులో అనేకవిధము లయిన భక్ష్యశాకాదులు చేస్తే భుజించే వారికి వొక్కొక్కదానిమీద రుచికలిగినట్టు భక్తులకు వొక్కొక్క మూర్తిమీంద భక్తి కుదురుననిన్ని చెప్పబడియున్నది. ౮-౨-౮౯

౨౮. యిందులో యెట్టివానికిన్ని సరివారిలో తాను గొప్ప పడవలెననే కోరికె కలిగి యుంచున్నదనేటందుకు బోయీలు సవారీ మోనుట ప్రయాసమైనా తమజతలో తాము గౌరవపడవలెనని ప్రియాసపడుట దృష్టాంతముగా చెప్పబడియున్నది. ౮-౫-౮౯.

౨౯. ఇందులో దాక్షిణాత్యులకున్ను, ఔత్తరేయులకున్ను ఆచారభేదమున్ను ధైర్యస్థైర్య భేదములున్ను కలిగియున్నదనిన్ని దక్షిణదేశము వుష్ణభూమి గనుక అచ్చటివారికి జఠరాగ్ని మందించి అల్పాహారములు భుజించుటవల్ల హృదయకమలము దృఢముతప్పుటవల్ల ధైర్యములేక చాంచల్యము కలిగి వుండుటవల్లనే వారు కడతేరడానకు పెద్దలగుండా రాజోపచారములతో అనేక దివ్యదేశములు కల్పించబడినవనిన్ని ఉత్తరదేశము శీతభూమియైనందున అచ్చటి వారికి అగ్నిపుష్టి కలిగి గురువైన వస్తువులను భుజించుటవల్ల ధైర్యస్థైర్యములు గలిగి చిత్తచాంచల్యము లేక జ్ఞానద్వారా కడతేర గలరనే తాత్పర్యముతో విశేషించి దివ్యదేశములు కల్పించబడలేదనిన్ని, సయుక్తికముగా చెప్పబడి యున్నది. ౧౦౧౦-౧౯

౩౦. యిందులో సుఖదుఃఖములు కర్మాధీనము లాగును నీ యీశ్వరారాధనవల్ల దుఃఖములు తప్పిపోవునా, పోవా! అని శంకించుకుని కర్మమే ప్రబలమనే టందుకున్ను, యీశ్వరకృపవల్ల ఆపత్తులు నివర్తించు ననేటందుకున్ను శాస్త్ర ప్రమాణములు వున్నందున కర్మము తల్లివంటిదనిన్ని యీశ్వరుడు తండ్రి వంటి వాడనిన్ని తల్లి, శిశువు తప్పుచేస్తే వాణ్ని శిక్షించు

నప్పుడు దండ్రి కరుణతోచినట్టయితే ఆ తల్లి శిశువును తప్పించు లాగు యీశ్వరుడు కర్మానుభవములను తప్పించునని, మరిన్ని తల్లి శిశువును సకలవిధాలా రక్షించి వాని మంచినడత లను చెప్పి వానియెడల తండ్రికి మిక్కిలి విశ్వాసము కలగచేసే లాగున సత్కర్మము యీశ్వరకటాక్షానకు కారణమయినది గనుక జ్ఞానోదయ మయ్యేవరకు కర్మములను విడవకూడదనిన్ని చెప్పబడియున్నది. ౧౧౦-౧౧౮

౧౨౭. యిందులో శైవవైష్ణవమతములలో పశుహింసను లను కూడా తరింపచేయవలెనని వారి నడతలకు అనుకూల ముగా మీరు సారాయి తాగినా యీశ్వరార్పితము చేసి తాగండని శాక్తరామానుజ కూట పూజలను కలగ జేసిన్ని ఆత్మహత్య చేయవలెనన్న వారికి యీశ్వరార్పితముగా త్రివేణి లో దేహత్యాగము విధింపబడినదని చెప్పియున్నది. ౧౩౬-౧౩౯

౧౨౮. ఇందులో స్వామియెడల భృత్యుని న్యాయముగా నటించుట ఇహపరసాధకమని చెప్పియున్నది. ౧౪౧

౧౨౯. ఇందులో జ్ఞానమే మోక్షమునకు ముఖ్యసాధన మయినా కర్మద్వారా సాధింపబడిన జ్ఞానమే నిర్విఘ్నముగా మోక్షమును పొందించుగాని కేవలజ్ఞానము బలమువలన కాదని సదృష్టాంతముగా చెప్పియున్నది. ౧౪౩-౧౪౮

౧౩౦. ఇందులో సౌరశాక్తాది మతాలు అద్వైత విశిష్టా ద్వైతద్వైత మతములలో చేరినవనిన్ని [illegible]ముగా జగదీశ్వరులకు భేదములేదనుట అద్వైతమనిన్ని, పాలలో [illegible] యున్న నెయ్యివలె [illegible] భేదముగలదు విశిష్టాద్వైతమనిన్ని, పాలు [illegible] [illegible] [illegible] [illegible] ద్వైత మనిన్ని, [illegible] మహాత్మును మతిస్వరూపమున్ను [illegible] భాగమంటున్న హృదయగ్రంథి [illegible] భాగమంటున్న హృదయగ్రంథి [illegible] మోక్ష[illegible] [illegible] వారికి మోక్షములేదనిన్ని యితర [illegible] పురుషులకు భోగాపేక్ష లేదనిన్ని చెప్పబడియున్నది. ౧౪౯-౧౫౦

పుటలు

౧౪౬ యిందులో బ్రాహ్మణులు శూద్రజాతిని నిక్కృష్టముగ తక్కువ పరచుట యితర మతము వృద్ధిబొందుటకు హేతువాయుచుండెననిన్ని, పెద్దలు పామర జనులను కడతేర్చుటకై యేర్పరచిన విగ్రహారాధనను విధించితే భగవంతునికి హేయములైన వికారపు దేవతారాధనములను లోకులు చేయసాగినందువలననున్ను బ్రాహ్మణులు మేము శ్రేష్ఠులమని ఇతరవర్ణాలను ధిక్కరించడము వల్లనున్ను వారి దురాచారములవల్లనున్ను వీరియెడల భగవంతునికి కటాక్షము తప్పి సత్యము మొదలయిన సుగుణసంపత్తుగల యింగ్లీషువారు హిందుదేశము యేలేటట్టు దేవుని కృపకు పాత్రులైనారనిన్ని చెప్పియున్నది. ౧౬౫-౧౬౭

౧౬౬ యిందులో గౌడులు సాత్విక దేశమందు నివసించుటవల్ల సత్వగుణము గలిగి మతద్వేషములు లేక అన్యోన్యముగా వున్నారనిన్ని దాక్షిణాత్యులైన ద్రావిళ్లు మిక్కిలి కర్మ శ్రద్ధగలవారయినందున వీరికి మతద్వేషములు హెచ్చయి అన్యోన్యము లేకయున్నారనిన్ని గౌడద్రావిడ [illegible] మున్ను కేరళస్థులు, చిత్పావనులు, కరాడలు, [illegible] గంగాపుత్రులు శాకద్వీపబ్రాహ్మణులు విశ్వకర్మబ్రాహ్మణులు వీరి సంగతిన్ని బ్రాహ్మణ క్షత్రియ వైశ్య శూద్ర జాతి భేదములు యీశ్వర కల్పితములయితే సకల దేశములయందున్ను యీ జాతిభేదములు వుండవలసినది; అలాగు లేక [illegible] యందు మాత్రమే కలిగియుండుటవల్ల జాతిభేదములు మనుష్య కల్పితములనిన్ని స్మృతులయొక్క [illegible] వ్రాసియున్నది. ౧౭౦-౨౦౭

౧౫౪ యిందులో గంగాదితీర్థములున్ను కాశీ మొదలయిన పుణ్యక్షేత్రములున్ను పురాణములగుంపా సకల పాపనాశకములనిన్ని, ముక్తిప్రదములనిన్ని చెప్పుటకు కారణమేమంటే పెద్దలు మంచి యోచనగలవారై ప్రపంచ వ్యాపారములలో మునిగియుండే జనులకు లోకముచేసిన పాపములు పుణ్యతీర్థములలో స్నానముచేస్తే నివర్తించును అనే బుద్ధి

ముతో తీర్థస్నానము చేసి [illegible], [illegible] దశను పొందదలచిన మనుష్యులు వొక్కచోట నీవు [illegible] మును పొందుదురనిన్ని, పురాణములద్వారా [illegible] కున్ను, క్షేత్రములకున్ను మహిమలు కలిగవేసినారనిన్ని [illegible] దులకు తల్లి తండ్రిదులు వున్నట్టుండి [illegible] తీర్చుకొనక పోతిమిగదా అనే [illegible] వ్రిజనాదులకు మహిమలు కల్పించినారనిన్ని చెప్పి [illegible].

[illegible]

౨౦౫ యిందులో [illegible] దేవుడు [illegible] డయి యుండగా మీ మతములో [illegible] . యేలాగు చెప్పుచున్నారని ప్రశ్న చేయగా [illegible] దేవుడు వొక్కడేను. అయితే మీలో [illegible] సమానులైన పురుషులను ఆరాధించేలాగు [illegible] శివ విష్ణు గణపతి మొదలైన [illegible] చున్నాము గాని దేవుడు వొక్కడే [illegible] లేదని చెప్పియున్నది.

[illegible]

౨౦౬ యిందులో [illegible] పాటి వేడికలిగి వుండుటను [illegible] త్వరగా ఉత్పత్తి [illegible] మయమైనందున జలము [illegible] యున్నది.

[illegible]

౨౦౭ యిందులో [illegible] అణిమాద్యష్ట సిద్ధులు [illegible] సిద్ధించుగాని [illegible] చెప్పి [illegible].

౨౦౮ యిందు [illegible] గయలో వ్యాపించి [illegible] త్రిణ చెప్పుటకు హేతువున్ను [illegible] స్థితిన్ని చతుర్దశ భువన [illegible] తిన్ని [illegible] క్షీరసాగర స్థితిక్రమమున్ను వైకుంఠాది లోక స్థితిన్ని [illegible] ముద్రములు

స్థితిన్ని ద్వీపముల స్థితిన్ని పంచభూత సృష్టిక్రమమున్ను చరా చర స్థితిగతులున్ను జాగ్రత్స్వప్నసుషుప్త్యవస్థా స్వరూపమున్ను స్థూలదేహ సృష్టిక్రమమున్ను పంచభూతాల వ్యాప్తిక్రమ మున్ను బాల్యాద్యవస్థాహేతువులున్ను సత్వరజస్తమోగుణ కార్యములున్ను స్త్రీలింగ పుల్లింగ నపుంసకలింగ శబ్దముల విభజనమున్ను శాక్తాదిమత సంగతస్వరూపమున్ను దేవరాక్ష సాది సృష్టిభేద హేతువున్ను భగోళస్థితిక్రమమున్ను ప్రతి దేశానకున్ను అహఃప్రమాణ భేదములున్ను భూమికి చలనము కలదనేటందుకు హేతువులున్ను చెప్పబడియున్నవి. ౨౩౪-౨౬౨

౨౩౩ యిందులో నాస్తికులు ఈశ్వరుడు లేడు స్వభావము చేతనే ప్రపంచము జరుగుచున్నదని చెప్పినా వారు జ్ఞానులు దూష్యులు కారనిన్ని జ్ఞానులున్ను పరతత్వమనే వస్తువు ఈశ్వరు డనిగాని ఈశ్వరి అనిగాని స్త్రీలింగ పుల్లింగ ధర్మములు కలదికాదని చెప్పుచున్నారు గనుక యీ వుభయులకున్ను పరతత్వమనిన్ని స్వభావమనిన్ని శబ్దభేదమేగాని అర్థభేదము లేదని చెప్పబడియున్నది. ౨౬౫-౨౬౬

౨౬౦ ఇందులో యీశ్వరుడు పరులకు యీ హిందూ దేశమును స్వాధీనపరచినందుకు కారణ మేమంటే అందరున్ను అహింస సత్యము మొదలైన సద్గుణములతోనే నటిస్తు తన చిద్విలాసానకు వ్యతిరిక్తమని యెంచి యిచ్చటి వారికి కామ క్రోధాదులను వృద్ధిబొందించి తద్వారా బ్రాహ్మణులకున్ను యిచ్చటి క్షత్రి జాతిని బొత్తిగా నశింపచేసి పిదప బ్రాహ్మ ణుల గర్వభంగముకొరకు తురకలను కొన్నాళ్లు ప్రబలపరచి మరి కరుణాతో సాత్వికులయిన యింగిలీషు వారికి యీ దేశాధికార మును యిచ్చినాడని చెప్పియున్నది. ౨౬౭-౨౬౮

౨౬౩ ఇందులో మహమ్మదు మతస్థులు బలాత్కార ముగా యితరులను తమ శాస్త్ర ప్రకారము తమ మతములో కలుపుకొనుచు క్రిస్తువులనున్ను హిందువులనున్ను సబుంసను లను చున్నారు. మరిన్ని క్రిస్తువులు తురకలను కాఫిరులనిన్ని హిం

పుటలు

మవులను స్థావరములనిన్ని చెప్పి తాము సాత్విక మార్గము [illegible] మత బోధన చేయుచున్నారు. హిందువులు తమ మతము [illegible] మయినందున పరులకు బోధించితే వారు గ్రహించచాలరు గనుక వారికి చెప్పమనిన్ని నిజమును కానని వారు పరులకు బోధింతురనిన్ని అనుచున్నారనే కథనున్ను పుల్లమామిడిపండుకున్ను [illegible] మిడిపండుకున్ను భేదమున్నట్టు బ్రాహ్మణునికిన్ని యితర వర్ణాలకున్ను భేదము యీశ్వర కల్పితమనిన్ని వ్రాసియున్నది. [illegible]

౨౭౬ యిందులో జీవాత్మ [illegible] మాత్మలయొక్క స్వరూపములను [illegible] స్వామి సుదర్శనమూర్తి అనే నాలుగు [illegible] యున్నదనిన్ని అన్నము [illegible] తెలిసేకొరకు యిచ్చట జాతి నియమాలు [illegible] స్వీకారము విధింపబడియున్నదనిన్ని చెప్పియున్నది. [illegible]

౨౮౨ యిందులో [illegible] వేదములవల్లపుట్టినదే గాని స్వకల్పితము కాదని చెప్పియున్నది. [illegible]

౨౯౮ యిందులో [illegible] సుఖములు [illegible] సుఖము కలగవలెనని చేయు [illegible] [illegible] బుద్ధిన్ని [illegible] స్త్రీలకు పురుషులపై [illegible] కారణమనిన్ని యిందుకు [illegible] వస్తువులతోనున్న సంబంధము [illegible] వారు చెప్పిన [illegible] [illegible]

౩౦౯ యిందులో [illegible] వారికి యిచట [illegible] వారికన్న ఆ [illegible] పనులవల్ల వారికన్ని [illegible] యున్నది. [illegible]

౩౨౨ యిందులో [illegible] కముగా రక్షింపుచున్నా [illegible] చేయడము [illegible] మని చెప్పియున్నది. [illegible]

యీ దిగువ వ్రాయబడిన షహరుల సంగతులు

వివరముగా వ్రాయబడి యున్నవి.

పాతముద్రణం పుటసంఖ్య	గొప్పషహరులు	ఈ ముద్రణం పుట	పాతముద్రణం పుటసంఖ్య	గొప్పషహరులు	ఈ ముద్రణం పుట
౨	దిగువ తిరుపతి	౩	౨౫౯	కటకం	౨౯౪
౨౭	హాయిదరాబాదు	౩౨	౨౬౫	జగన్నాథము	౩౦౧
౫౨	నాగపూరు	౬౧	౨౮౦	గంజాం	౩౧౭
౭౯	జబ్బల్పూరు	౮౭	౨౯౦	విజయనగరము	౩౨౯
౮౮	మైహారు	౧౦౦	౨౯౯	పిఠాపురం	౩౩౯
౧౦౫	మిరిజాపూరు	౧౧౯	౩౦౧	రాజానగరం	౩౪౧
౧౧౩	ప్రయాగ	౧౨౮	౩౦౧	రాజమహేంద్రవరం	౩౪౨
౧౩౭	కాశి	౧౫౫	౩౦౭	మచిలిబందరు	౩౪౮
౧౫౭	పట్నా	౨౩౧	౩౧౨	బాపట్ల	౩౫౫
౧౬౪	మూంగేరి	౨౩౪	౩౧౩	పేటపాలెము	౩౫౫
౧౭౯	గయ	౨౦౪	౩౧౫	చిన్నగంజాం	౩౫౬
౨౩౭	కలకత్తా	౨౬౯	౩౧౬	నెల్లూరు	౩౫౯
			(౩౨౪	చెన్నపట్టణము	౩౭౪

Specimen page of
Mss in Govt. Oriental Manuscripts Library
No. 1407

యిది ఏనుగుల వీరాస్వామి అల్లించిన కాశీయాత్ర చరిత్ర

18 May 1830 ప్రతి నెంబరు ౧

౧౮౩౦ సంవత్సరం మే నెల ౧౮ ది శుక్రవారం రాత్రి ౯ ఘంటలకు చెన్నపట్నం వదిలి ప్రయాణమయి మాధవరం అనె గ్రామములో రాత్రి నిలిచినాను. మాధవరం తండయారుపేటలో వుండే నా తోటకు మూడు ఘడియల దూరం. నీరుభూమి. మాధుర్యమయిన వుదక సమృద్ధి కలదు. ద్రావిడ వైష్ణవులు కాపురం. క్రోసి మీదా లక్ష్మం లేదు. వనిధలు వగయిరా పట్నంలో అమ్ముకుని జీవనం చేసేవారు. దోవలో పుష్కరయ్య వున్నది. ఆ పుష్కరాలువకు వారధి కట్టివున్నది. దాటి రావలశ్నిది.

ఏనుగుల వీరాస్వామయ్యవారి జీవిత చరిత్ర *

రచయిత: శ్రీ కోమలేశ్వరపురం శ్రీనివాస పిళ్లగారు

ఈ చెన్నపట్టణపు కాపురస్థుడయిన [illegible] యేనుగుల సామయమంత్రి [illegible] గుల వీరాస్వామయ్యవారితోను [illegible] చేసి స్నేహితుడనై యుండిన నేను, ఆయన [illegible] చరిత్రిలోని సంగతులను వ్రాసేటందుకు [illegible] చర్యలను తెలిసిన మనుష్యుడు చెప్పక పోవు[illegible] న్యాయము నడిపించిన వాడను [illegible] వాటిని ఘనార్థిగా వర్ణించు శక్తి [illegible] పూనుకోవలసి వచ్చినందున వాటిలో [illegible] వర్ణించిన వాడ నౌచున్నాను.

యేనుగుల వీరాస్వామయ్యగారికి [illegible] యోగము సంభవించెను. [illegible] పోషకులు లేక యుండిరి. [illegible] యుండెను. [illegible] శక్తి గలిగి యుండినందున [illegible] బోర్డు ఆఫ్ రెవిన్యు అనే [illegible] రున్న ఆయనను [illegible] దానివల్ల ఆ వయస్సులో [illegible] తెలియవచ్చుచున్నది. [illegible] రీలో యింటను [illegible] సంవత్సరములు వుండి [illegible] అటు తర్వాతను [illegible]

---

* ఈ జీవిత చరిత్రను శ్రీ కోమలేశ్వరపురం శ్రీనివాస పిళ్లగారు [illegible] కాశీయాత్ర చరిత్రతో చేర్చి 1838 లో అచ్చు వేయించారు. [illegible] వివరాలకు పీఠిక చూడండి.

(సులు) *యేజన్సీలు గొప్ప జమీందారులు [illegible] వ్యా(సంగము)*చేయుచువచ్చి [illegible] సాప్రీముకోర్టు [illegible] పకేరుగావుండి హేడు కొంటాంటు అయి [illegible] యింటేరు ప్రీటరు పనిలో ప్రవేశించినారు. [illegible] తేద్రిదు ఆఫీసువారు ఆయన [illegible] మునకు గురుతుగా [illegible] బోర్డు శక్తి [illegible] మూలముగా [illegible] ఆయనకు యిప్పించినారు.

ఆయన తనకు పనులు స్వల్పోపకారము చేసినా [illegible] జరిగించిన మేలు చెప్ప నలవిగాదనుటకు ఆయన [illegible] వెళ్ళినప్పుడు ఆ గుడిలో తనవలెనే స్వామి [illegible] ప్రజలకు సహాయముగా నుండె [illegible] స్వామి దర్శనము చేయించినందుకు [illegible]

---

* నాకు దొరికిన ప్రతిలో [illegible]

† మనదేశంలో వర్తకం చేయటానికి వచ్చి [illegible] సంఘం వారు చాలా కాలం వరకూ దేశపరిపాలనతో [illegible] కూడా జరుపుతూనే వుండేవారు. [illegible] పార కార్యాలయాలుకూడా వుండేవి. [illegible] శాఖకు సంబంధించిన కార్యాలయము. [illegible]

§ ప్రస్తుతం చెన్నపట్నంలో వున్న [illegible] 1862 [illegible] అంతకుపూర్వం దీని స్థానే రెండు [illegible] డేవి. [illegible] అధికారంక్రింద స్థాపింపబడి ఇంగ్లీషు న్యాయశాస్త్ర [illegible] రించే పరమోన్నత న్యాయస్థానమైన [illegible] అధికారంక్రింద స్థాపింపబడి మనదేశంలో హిందూ మహమ్మదీయుల [illegible] శాస్త్రాల ప్రకారం కేసులు పరిష్కరించే [illegible] సదరు అదాలతు కోర్టు. ఈ రెండు కోర్టులలోను [illegible] మూర్తి, ఇద్దరేసి సాధారణ న్యాయమూర్తులు [illegible] ఇంగ్లీషును అరవము తెలుగు మొదలైన భాషలలో [illegible] వారు. వారినే 'ఇంటర్‌ప్రిటర్'లు అనేవారు. వీరాస్వామయ్య గారి [illegible] 1819 లో ప్రవేశించారు.

యిచ్చట రివిన్యూబోర్డువారికి శ్రుతపరచి వానికి వెండిబిళ్ళయున్ను ఒక వరహాయెక్కువ జీతమున్ను కలిగేలాగు చేసినది సాక్షిభూతముగా నున్నది. ఆస్థలమునకు అష్టబంధనము చేయించి గజదానము చేసినారు. యిది వారి శక్తికి మెచ్చయిన కార్యముగా అందరికిన్ని తెలియవలశినది. అక్కడి కలకటరు ఆయననున్ను ఆయనతో కూడా వచ్చిన మరికొందరు ప్రభువులనున్ను చూచి మీరందరున్ను కూడి యిక్కడి దేవునికి రథముకట్టిస్తే బాగా వుండునని చెప్పగా అప్పట్లో ఆ ప్రభువులందరున్ను ఆలాగే చేయుచున్నామని ఆయనగుండా అనిపించి అక్కడినుంచి పట్టణమునకు వచ్చిన తర్వాత ఆ ప్రభువులు ఆ కార్యమును గూర్చిన సదరహీ అయ్యవారితో మెచ్చరించడమే మానుకొనిరి. అయ్యవారు తాను మంచిదని చెప్పినందున ఆకార్యము తన శక్తికి మించినదైనా అపరిమితమైన ధనవ్యయము చేసి రథము కట్టించి తన మాటను కాపాడుకొన్నారు. యిందువల్ల ఆడినమాట కాపాడుటకై శక్తికి మించిన కార్యములను సాధించుచు వచ్చినారని స్పష్టముగా తెలియుచున్నది. వారు కాశీయాత్ర వెళ్ళినప్పుడు నేను ఆ రథానకు యినప గొలుసులు జాగ్రత [illegible] గవర్నమెంటువారిగుండా వాటికి రంగువూయించిన సంగతి స్వల్ప సహాయమైనా దాన్ని అనేక ప్రకరణములలో నుదాహరించి గొప్పగా కొనియాడిరి. యీలాగు స్వల్పోపకారములను గొప్పగా కొనియాడుచూ వచ్చినందున యితరులకు విశేష కార్యముల యెడల ప్రవృత్తి కలుగుచూవచ్చెను.

ఒక్క సంవత్సరమునకు అధికముగానే వారు ప్రతి ద్వాదశిన్ని భక్ష్యభోజ్య ఫలాజ్య దధి పాయసములయిన బ్రాహ్మణారాధనలు చేసి తర్వాత తాను ద్వాదశి పారణ చేయుచు వచ్చినారు. ఆ సంతర్పణాలు యీ పురమందు మహోత్సవములుగా నుండినవి. అన్నప్రదానమందు వారి చాతుర్యమున్ను జాగ్రతయున్ను వర్ణించ శక్యములు గావు. వొక్క స్థలమందు ఏక పాకములో ఏకాపోశనముగా వొక్క లోపమున్ను లేకుండా మూడు

నాలుగు వేల బ్రాహ్మణులు భుజించునప్పుడు తానొక పరిచారకుని కంటె సులభుడుగా నటించెను. అందరికిన్ని అనేక విషయములలో కాలయాపన మాచున్నది. ఆ ఘనుడు ఇట్టి సద్విషయమందు, శ్రమను ఎంచక స్వల్పకాలమును వ్రయపరచినది పరలోకగతుడైనా వున్నట్టే కొనియాడబడేలాగు చేయుచున్నది. ఇట్టి సత్కార్యము చేసినవారికి అది కీర్తి హేతువు కావడము మాత్రమేగాక యితరులకున్ను ఆలాటి కీర్తి యెడల సుబుద్ధి కలుగుటకు కారణ మవుచున్నది.

యీ పురమందు క్షయమాస * విషయ మయి మహాసభ కూడినప్పుడు అయ్యవారు తన పక్షమును శ్రుతి స్మృతి ప్రమాణములతో స్థాపన చేయగా ఆ సభవారు మిక్కిలి సంతోషపడి అందుకు చిహ్నాగా అయ్యవారికి రత్నహారమును బహుమతిచేసి వారి సద్గుణములను వొక పత్రికలో వ్రాసి ఆయనకు సంపిరి.

---

* దక్షిణదేశములో చాంద్రమానము సౌరమానము కూడా వ్యవహారంలో వున్నాయి. ఉత్తరదేశంలో బార్హస్పత్యమానము మాత్రం వ్యవహారంలో వుంది. సౌరమాన సంవత్సరానికి 365 దినముల 15 గడియల 31 విగడియలు ఉంటాయి. చాంద్రమాన సంవత్సరములో 360 దినములున్ను, బార్హస్పత్యమాన సంవత్సరానికి 361 దినముల 11 గడియలున్నూ వుంటాయి. అందువల్ల ఈ మూడు మానముల ప్రకారం గుణింపబడే పంచాంగాలకు భేదా లుండితీరాలి. అయితే దక్షిణదేశంలోని దైవజ్ఞులు చాంద్రమానాన్ని సౌరమానంతో సరిపుచ్చడానికి మనపంచాంగాలలోని అధిక క్షయ తిథులలాగే అధిక క్షయ మాసాలు కల్పించారు. ఒక్కొక్క సంవత్సరంలో అధిక మాసం అని చెరిపి ఒక మాసాన్ని చేర్చి సంవత్సరానికి 13 నెలలు చేస్తారు. ఇలాగ సరిపుచ్చుకుంటూ వస్తూంటే కొన్ని సంవత్సరా లయ్యేటప్పటికి చాంద్రమాన సంవత్సరంలో ఒక నెల తగ్గిస్తేనేగాని సౌరమాన సంవత్సరానికి సరిపోవని పరిగాని తెలుస్తుంది. అంతట మన దైవజ్ఞులు, పండితులు, సభచేసి ఏ నెలను లెక్కలోనుంచి గిసివేయవలెనో నిర్ణయిస్తారు. అట్టిమాసానికే అనహస్పతి క్షయమాస మంటారు. అంతట ఆ క్షయమాసం లెక్కలోకిరాక తరువాత వచ్చేమాసంలో కలిసిపోగా ఆ సంవత్సరంలో 11 నెలలే వుంటాయి. శాలివాహనశక 1744 చిత్రభాను సంIలో పుష్యమాసము క్షయ మాసముగా నిర్ణయించబడింది. అది క్రీస్తుశకము 14-12-1822 మొదలు 11-1-1823 వరకు మధ్య కాలమున వచ్చిన మార్గశీర్ష మాసమునకు సరిపోతున్నది. (స్వామి కణ్ణు పిళ్ళగారి ఎఫిమెరిస్ చూడండి.

ఆయన వుద్యోగములో నుండిన కాలము సరకు ఆ కోర్టు జడ్జీలకు తృప్తిగా నడుచుకొన్నారనే టందుకు దృష్టాంతముగా పెద్ద జడ్జీ యయిన సర్ రాల్ఫు ఫాల్మరు దొరగారు * ఆయనకు వ్రాసి యిచ్చిన టెష్టిమోనియాల్ అనే యోగ్యతాపత్రికలో విశేషముగా ఆయన కోర్టులోనున్ను, చేంబరులోనున్ను అలసట లేక బహు నెమ్మదితో పనులు గడుపుచు వచ్చె ననిన్ని, ఆయన తన గొప్ప వుద్యోగపు పనులను మిక్కిలీ నమ్మకముగా జరిపించె ననిన్ని మరిన్ని ప్రజల మేలును కోరి స్మృతిచంద్రికా ముద్రితమైన కొన్ని పుస్తకములకు ట్రాన్సులేషను చేసెననిన్ని నే నెరిగినంతలో గవర్నమెంటువారి విశేషకృపకు యీ పురుషుడు పాత్రుడైనట్టు హిందు పెద్ద మనుష్యులలో మరి యెవరున్ను యోగ్యులైన వారు లేరని దృఢముగా నాకు తోచి యున్నదనిన్ని వ్రాయబడి యున్నది.

లోకములో గంగాస్నానమునకు వెళ్లిన పురుషుడు తన తల్లి దండ్రులకు గంగ తెచ్చి యివ్వడము వాడికె బడియున్నది. యీ మహాపురుషుడు గంగను పడవలు బండ్లు కావళ్ళు వగయిరాల మీద తెచ్చి యీ దేశములో నుండే నాలుగు వర్ణాలవారిలో నున్నుండే గొప్పమనుష్యులగుండా ఆ యీ పటాలములోని ముఖ్యుల పేళ్ళు తెలుసుకొని వారి కందరికి గంగనున్ను జగన్నాథ పట ప్రసాదములనున్ను యిప్పించెను. అందువల్ల అందరున్ను తమ బంధుసమానులుగా చూచే వారని స్ఫుటముగా తెలియుచున్నది. ఆయన యాత్ర పోవునప్పుడు ◆ నేను సకృదావృత్తి! అక్కడి వినోదములను వ్రాయించి పంపించవలె నని అడుగగా కొన్నిందాక

* సర్ రాల్ఫ్ పాల్మర్ గారు మద్రాసుసుప్రీము కోర్టులో 18-7-1814 న న్యాయమూర్తులలో నొకడుగ నియమింపబడినారు. 28-1-1825 న ప్రధాన న్యాయమూర్తి రైనారు. ఈయన 25-10-1835 న సెలవు పుచ్చుకొన్నారు.

◆ వీరాస్వామయ్యగారు మద్రాసునుండి 18-5 1830 న సెలవు పుచ్చుకొని బయలుదేరి 3-9-1831 న తిరిగి ఊరికి వచ్చినారు.

యాత్రలో ప్రతిదినచర్యలనున్ను ఆ యా ప్రదేశములలో జగదీశ్వరుడు తనకు తోపచేసిన తాత్పర్యములనున్ను మార్గమందు పరుల వల్ల తాను చెందిన సహాయములనున్ను, ఇకమీదట యాత్ర పోవువారు మార్గములో పూర్వముగానే జాగ్రత పెట్టుకొనవలసిన విషయములనున్ను క్రమముగా అప్పుడప్పుడు వ్రాయించుచు వచ్చిరి. ఆ పుస్తకమును చూచుటవల్ల యాత్రపోయి చూచి తెలియవలసిన సంగతులన్ని తెలియుచున్నవి. ఆ పుస్తకము ఇదివరకే వెంకు మొదలారిగుండా అరవములో తర్జుమా చేయించబడి అచ్చు వేయించబడి యున్నది. నాగపూరి వీరాస్వామి మొదలారి వారు మహారాష్ట్రములో భాషాంతరము చేయించినారు. ఆ మహారాష్ట్ర పుస్తకమును నాగపూరి శ్రీరంగరావుగారు తాను యింగ్లీషుకు తర్జుమా చేసి ప్రసిద్ధి పరచ తలచి అయ్యవారిని సెలవు అడిగినందుకు వీరు తెనుగు భాషాంతరము చేయించి ఇవ్వవలెనని తెలియజేసి కొంత భాషాంతరము చేయించినారు. భగవంతుని కృప వల్ల కొదవయున్న యే గ్రంథాంశము గూడా నయినా ప్రాప్తి కావచ్చును.

నందనసంవత్సరపు క్షామము* లో నేను కొంత ధాన్య సంగ్రహము చేసి వుంచవలెను అని చెప్పినందుకు అయ్యవారు మనము ధాన్యము సంగ్రహించి మనము మాత్రము భుజించి అన్నాతురులై దుఃఖపడే పేదలను చూచుచు జీవించుట అప్రయోజకము గనుక తనప్రయోజనమునకు నాను విస్తరించి జాగ్రత పెట్టుకొన రాదని చెప్పి ఆ దుర్భిక్షములో శక్తి వంచన లేకుండా తాను అన్నప్రదానము చేయుచు యితరులను స్వప్రయోజనమునకు అనుసరించేలాగు అనుసరించి వారినిన్ని పేదల పోషణ విషయమై ప్రవర్తింపజేయుచు ఆ లాగు ప్రవర్తించిన వారిని తాను మిక్కిలి కొనియాడి సంతోషపెట్టుచు వచ్చిరి.

---

*నందననామ సంవత్సరపు కరవు 1832-3 మధ్య వచ్చింది. దీనికి గుంటూరు కరవు అనికూడా పేరు.

[illegible] అన్నమును [illegible]

[illegible] వచ్చెను. [illegible]

[illegible] నిప్పుల [illegible] కార్యము [illegible] వచ్చిన [illegible] వారి [illegible] స్వప్నావస్థలో [illegible] ఈలాగు [illegible] అనేక [illegible] తన [illegible]

[illegible]

మరిన్ని తన కూతురి వివాహమందు "అన్నస్య క్షుధితః పాత్రం" మనే వచనప్రకారము అన్నానికి ఆకలిగొన్నవారే నిజమైన పాత్రులని యోచించి అందుకు అత్యంతదీనులైనవారికిన్ని పంచమస్త్రీ నము స్వజాతులకున్ను అన్నప్రదానము చేసినారు. దీనివల్ల ఆయన సర్వ సమదృష్టిగల పురుషుడని స్పష్టముగా తెలియుచున్నది. కొందరు యీ వివాహ విషయమై ద్రవ్యమును వ్యయపరచుట కంటె చిన్నదానికి ఆస్తిగా వుంచుట మేలని అయ్యవారితో చెప్పి నందుకు ఆయన చిన్నదాని పోషణార్థము ద్రవ్యమును మునుపే ప్రత్యేక ముగా నుంచుటకు ప్రతిగా యీశ్వరుని పేర నేను వుంచుచున్నా నని చెప్పి అపారముగా అన్నదానము చేసినారు.

ఈ చెన్నపట్టణమందు హిందూ లిటరరీ సొసైటీ యనే విద్వత్సభను తాను కల్పనచేసి దాన్ని వృద్ధిపొందించను యిచ్చటి గొప్ప మనుష్యులను స్వాంతమునకు అనుసరించేలాగు అనుసరించి వారి వారికి ఇష్టములయిన విద్యావిషయము లన్ని యీ సభవల్ల సిద్ధించు నని అనేక మార్గములను కనుపరచుచు వారి కందరికిన్ని యీ సభమీద శ్రద్ధ వృద్ధిబొందేలాగు చేయుచు వచ్చెను. *

అయ్యవారు తన వుద్యోగమును వదలుకొని విరామమును బొందవలెనని తన్ను వేడుకొనుచుండిన సుప్రీం కోర్టు ప్రధాన జ-డ్జైన సర్ రాబర్టు కమిన్ దొరగారికి• వ్రాసుకొన్నప్పుడు ఆ కోర్టు అడ్వొకేటు జనరల్ జార్జి నార్టను దొరగారు అయ్యవారియొక్క అతి చాతుర్య విశిష్టమయిన ద్విభాషిత్వ కార్యములను విస్తరించి చెప్పినంతలో జడ్జిగారు తానున్ను అయ్యవారి సుగుణములను బహు తరముగ తెలియపరచునప్పుడు యీ వుద్యోగమును యీలాటి పురుషుడు గడిపినన్ని గడిపే శక్తిమంతులను నేను యికమీదట చూడ

* దీనిని గూర్చిన టిప్పణులకు పీఠిక చూడండి.

•సర్ రాబర్టు బక్లీ కమిన్ గారు మద్రాసు సుప్రీంకోర్టులో తా 31—12—1835 వ తేదినుండి 17—1—1842 వ తేదివరకు ప్రధాన న్యాయమూర్తిగా నుండేవారు.

లేనందున్ను యీ వృద్ధాప్యము యీ వుద్యోగమును వదలుట యీ కాలమునకు ఉచితము అని మనస్సున్ని వ్యసనపూర్వకముగా సెలవిచ్చి నారు. శాస్త్రులు గారు యీలాగు చెప్పే పాటియోగ్యతతో అయ్యవారు తన వుద్యోగమును వదులుకొన్నారు.

అయ్యవారు తాను జీవించి యుండిన కాలమువరకున్ను శ్రీ ప్రతిదినము నిత్యములయిన సత్కార్యములను అనేకముగా జరిగించి తనకు నిర్యాణకాలము సంభవించినప్పుడు తీర్థయాత్రా ఋగ్యజు స్సామవేదములు పారాయణాది సత్కర్మ ప్రభావ పరిశుద్ధాంతః కరణులై పరమేశ్వర నిరాకారత్వ వ్యతిరిక్తత్వావబోధచేత మాతృ భార్యా పుత్రికా భార్యా సుపుత్రపౌత్ర బంధువులయెడల నుండిన స్నేహపాశములను అసిధారాలచ్ఛేదన న్యాయముగా ఛేదించి గుణత్రయ రహితులై దేహ లోక శాస్త్రవాసన లనే వాసనాత్రయమున్ను అవిద్యాస్మితా రాగద్వేషాభినివేశంబు లనియెడు పంచక్లేశములనున్ను జయించి నిస్సంగులై వానప్రస్థాశ్రమ ప్రతి నిధిగా కొన్ని దినములు గ్రామవాసము చేసి మహావాక్యార్థ విచారణవల్ల సచ్చిదానందఘనమయిన బ్రహ్మకున్ను తనకున్ను భేదము లేదని తెలిసి సోహంభావన చేయుచు నుండి యిష్టులుగా నుండిన వారిని తనకు ఆపత్సన్యాసము సిద్ధింప చేయవలె నని బహు తరముగా ప్రార్థించి తన స్నేహ సంబంధికులయిన వారికి అనేక జ్ఞానవివేక హేతువు లగు వాక్యములను బోధచేసి సమ్మతి పరచి నిర్యాణదినమందు బహిరంగమయిన ఆపత్సన్యాసమును స్వీకరించిన ముహూర్తములోనే యోగాసనాసీనులయి ప్రణవానుసంధానము చేయుచు ప్రాణోత్క్రమణ క్షణ పర్యంతమున్ను పూర్ణమయిన తెలివి కలిగియుండి, ఆత్మ నిత్యుడు దేహము అస్థిర మనియున్ను తెలిసిన వారు గనుక, దేహము వదలుటవల్ల వ్యసనమును చెందక సంతోషముతో అనాయాసముగా శాలివాహన శకంబు ౧౭౬౦ అగు దుర్ముఖి సంవత్సర భాద్రపద బహుళ పక్షాష్టమినా సోమ

వారము నాడు * ఉదయాన స్థూలదేహము వదిలి లింగ దేహముతో పునరావృత్తిరహిత శాశ్వత బ్రహ్మలోక నివాసమును పొందినారు.

కోమటేశ్వరపురం శ్రీనివాసపిళ్ళ

---

* దుర్ముఖి సంవత్సరము శాలివాహన శకము ౧౭౭౦ తో రావటం లేదు. అది ౧౭౭౮ లో వచ్చుచున్నది. ౧౭౭౦ అనునది పొరపాటు అని తోచుచున్నది. శాలివాహనశక ౧౭౭౮ దుర్ముఖసంవత్సర భాద్రపద బహుళ ౮. సోమవారము నకు సరియైన ఇంగ్లీషు తేది 1856 వ సంవత్సరము ఆగష్టు ౨ తేది అవు చున్నది. - స్వామి కన్నుపిళ్ళగారి ఇండియన్ ఎఫిమెరిస్ ప్రకారం.

శ్రీరామజయము.

[illegible] ఏనుగుల వీరాస్వామయ్యగారి

కాశీయాత్ర చరిత్ర

మొదటి ప్రకరణము

[illegible] కొంత దేశాటనము చేయింప దలచి [illegible] దొరలగుంటా సెలవిప్పించినాడు గనుక [illegible] పోవలెనని [illegible] సంవత్సరము మే నెల [illegible] ఘంటలకు చెన్నపట్టణము విడిచి [illegible] అది [illegible]లోనుండే నాతోటకు [illegible] గడియల దూరము. [illegible], మధురమయిన జలసమృద్ధిగలది. [illegible] వగయిరాలు చెన్న [illegible] కోవెలలో [illegible]యున్నది. [illegible] పాటికాలువ [illegible] [illegible].

[illegible] అక్కడినుండి [illegible] సత్రము [illegible] సత్రము చేరినాను. అది శిథిలమై యున్నది. [illegible] గలవు. అది మాధవరమునకు [illegible] గడియల దూరము. [illegible]. బండ్లు నడుచును. ఆ రాత్రి [illegible] చేసినాను. కోవెలలో కొంతభేరు దాటవలెను. దగ్గిర దగ్గిర [illegible]లున్నవి. [illegible]. ఆ పాళెములో [illegible] [illegible] లోకుల [illegible] చేయు [illegible]. ఆ [illegible] భూమిలో [illegible] [illegible]. ఆ పాళెము [illegible] [illegible]. [illegible], శివాలయము, [illegible] [illegible]. ఈ పాళెము, పై సత్రానికి [illegible]దూరము.

[illegible] చెన్నపట్టణమున [illegible], 1800 మొదలు 1803 [illegible] [illegible] [illegible] న్యాయస్థానము. [illegible] [illegible] న్యాయమూర్తులు నుండేవారు.

౨౦ తేది పగటిమీద నక్కడనుండి కదలి రాత్రి తిరువళ్ళూరు చేరినాను. దోవ నరాళము. మధ్యె కొరతలేరు దాటవలెను. దోవలో పెంగలియనే గ్రామమున్న సత్రమున్నది. తిరువళ్ళూరు విష్ణుస్థలము. హృత్తాపనాశిని యనే తీర్థమున్నది. అందులో ప్రతిదినమున్ను బెల్లము వేయుచున్నారు. ఆ తీర్థస్నానము విష్ణుభక్తులయందును మహా ప్రియక్షేత్రములలో ముఖ్యముగా ఎన్నబడియున్నది. అది పేట స్థలము. అన్ని వస్తువులు దొరుకును. అదిపైపాళెమునకు ౧౪ ఆమడ దూరము.

౨౧ తేది పగటిమీద రామంజేరి మార్గముగా రాత్రి కనకమ్మ సత్రము చేరినాను. ౨ ఆమడదూరము. దారిలో నొక నది దాటవలెను. రామంజేరివద్ద దోవ రాతిగొట్టు; మిగత నరాళము. ఆ గ్రామము భాష్యకంటి శంకరయ్య కట్టించినది. పేట స్థలము. కోమట్లు సంపన్నులు అగ్రహారమున్నది. అది మొదలుకొని కార్వేటినగరము వారిసీమ. సత్రపు కోనేటినీళ్లు లెస్సయున్నవి.

౨౨ తేది పగలు బుగ్గగుడి చేరినాను. బాట నరాళము. ౧౪ ఆమడ. పుణ్యక్షేత్రము. శాశ్వతముగా మూడు జలధారలు - గంగా, యమునా సరస్వతు లనిపించుకొని గుడికింద నిర్గమించి అరణ్యనదిలో బడుచున్నవి. కాశిగుడిరీతిగా మూర్తులకు పేర్లుకలిగియున్నవి. దగ్గిర గ్రామములు, యిండ్లు లేవు. పదార్థములు దూరమునుండి తెచ్చుకొని గుడివద్ద తోపులో వంట చేసుకొనవలెను. సమ్యప్రదేశము. అరణ్యానదీతీరము. ఆ రాత్రి నగిరిమీదుగా పుత్తూరు చేరినాను. ౧౪ ఆమడ దూరము. నగిరివద్ది నదము దాటవలెను. అది రాతిగొట్టు బాట. ౮ గడియల దూరము పైయాస; అవతల నరాళము. నగిరి పేట స్థలము. ముసాఫరులకు అన్ని వస్తువులు దొరుకును. అక్కడ వెంకటేశ నాయుడి కొడుకు గొప్ప సత్రము కట్టను యత్నము చేయుచున్నాడు. పుత్తూరిలో మునియప్పశెట్టి సత్రమున్నది. బ్రాహ్మణులకు గోసాయిలకు బైరాగులకు సదావృత్తి యిచ్చుచున్నారు. అక్కడ కుంఫిణీవారు దొరలకు ముసాఫరుఖానా కట్టియున్నారు. చిన్న పేట

[illegible]లను. [illegible] కొంచె ముస్నవి. కావలసిన వస్తువులు [illegible]. [illegible] యున్నవి. మంచినీళ్ళ గుంటయున్నది.

[illegible] వడమాలపేట సత్రము [illegible]. [illegible] రాతిగో[illegible]యినా నడచుట [illegible]. [illegible] అంకాలమ్మ అనే శక్తి ప్రతిమ [illegible]యున్నది. అందులో పరమాత్మ చైతన్యము [illegible] చేయుచున్నది. బాట సరా[illegible]ము. [illegible] కట్టించినది. విశాలముగా నున్నది. [illegible] సదావృత్తి యిచ్చుచున్నారు. [illegible] విస్తరించి యున్నందున వారు విరాళము [illegible] సదావృత్తి యిచ్చుచున్నారు. [illegible] కనకమ్మ సత్రము [illegible] సగరము వారి సీమ. ఆరాత్రి అల [illegible] దిగువ తిరుపతి చేరినాను. ఆమడ [illegible]. [illegible] ముఖరి యనే నదియున్నది. బాట సరాళము. [illegible] నడవవలెను. త్రోవలో కొన్ని బస్తీ గ్రామములున్నవి. [illegible] లుంటవి. అందులో నొకనాడు [illegible] కొంచె చొక్క దిగినాను. మరునాడు [illegible] చేసినాను. దిగువ తిరుపతిలో గోవింద రాజులగుడి [illegible] గుడియు నున్నవి. రామస్వామిగుడికి [illegible] కొంచ[illegible]. గోవిందరాజులగుడి ఆచార్య [illegible]గా నున్నది. అయినా సర్కారు విచారణ [illegible]. [illegible] స్వాతుల[illegible]లకు [illegible]. [illegible] మంది చిన్న వాండ్లకు [illegible] వేదము చెప్పించుచున్నాడు. చందు లాలా [illegible] ముగ్గురు పుణ్యాత్ములు గోసాయీలు వగైరాలకు సదావృత్తి యిచ్చుచున్నారు. మూడు రామానుజకూటము లున్నవి.

[1] [illegible]

వాటిలో వైష్ణవులకు ప్రతిదినము ప్రసాద మిచ్చుచున్నారు. తిరుపతి ఖాఁగాశ్రమము. అన్ని వస్తువులు దొరుకును. అన్ని [illegible] పంగులూరు గురునాథ శెట్టి వగైరా సావుకార్లు వున్నందున మహా రుస్థలమురీతిగానున్నది. కోమటుల [illegible] దనికులము. [illegible] పానార్హముగాని వేరే లేదు. [illegible] దూరములో [illegible] మున్నది. అది రమ్యమైన దేశము. [illegible] ముగా నిలిచియున్నది. చుట్టు విశాలమైన [illegible] యున్నది. అది బ్రాహ్మణ సమారాధనకు యోగ్యమయినది. [illegible] స్థలములలో చందులాలా ధర్మములు నింపాగా జరుగుచున్నవి. గాలి కాలము గనక కొండమీద నొక్క పగ లుంటిని. [illegible] కొండ మీద స్వామిగుడి ౧౪ [illegible]. గాలిగోపురమువరకు [illegible], దిగి డము బహుప్రయాస. ఆవల [illegible] సమముగా నున్నది. [illegible] యెక్కడము, దిగడము కలిగియున్నా [illegible] నిలుచుటకు [illegible] గల మంటపాలు [illegible]. గాలిగోపురము వద్ద నొక్క బైరాగి శ్రీరామవిగ్రహపూజ చేయుచు, వచ్చినవారికి మజ్జిగ మొదలైనవి యిచ్చి ఆదరించుచున్నాడు. [illegible] నలు చెల్లించే లోకులవలన కుంఫిణీవారికి సాలుకు [illegible] యీలు వచ్చుచున్నవి*. కొండమీద యేధమలా [illegible]

* మూకొండ్లవాటి దేవాదాయాలు, ధర్మాదాయాలు:— [illegible] వారు మన దేశాన్ని ఆక్రమించిన తరువాత చాలాకాలం వరకు హిందువుల దేవా లయాలను తురకల మసీదులను కాపాడుతూ వారి ధర్మశాస్త్రాలను [illegible] పరిపాలించి నారు. దీనిని గురించి కొన్ని కట్టుబాట్లు చేయ్యా క్రీ. శ. 1810 [illegible] ములో నొక శాసనం చేశారు. [illegible] 1817 [illegible] రెగ్యులేషను అనబడు చట్టాన్ని శాసించారు. ధర్మాదాయాల [illegible] పాటు జిల్లాకలెక్టర్లే వసూలుచేసి దేవుడి ఉత్సవాలు, అర్చనలు, [illegible] జరిపించేవారు. మిగిలిన సొమ్ము కుంపెనీ వారి ఖజానాలోకి చేరేది. [illegible] రివిన్యూ బోర్డువారికి పైతనిఖీ అధికారం వుండేది. మన దేశంలో ఇంగ్లీషువారి అధి కారం బలపడి క్రొత్త దేశ పరిభూమిలో [illegible] కాపాగింది. ఈ క్రైస్తవుల ప్రభుత్వం ఇలాగ హిందువుల [illegible] తురకల మశీదులను పోషించడం అసహ్యంగా [illegible]

[illegible] అప్పుడు పరమాత్ముడు సంపూర్ణ-[illegible] వారివి క్షేమముగుండా హరించి [illegible] దివ్యమం[illegible] పూర్వము ఆ [illegible] అప్పుడు గోసాయి [illegible] అతివిశాలముగా [illegible] కొండ మీద [illegible] ప్రత్రిము మొదలు [illegible] వానివలన [illegible] హెచ్చు. అడవి [illegible] సంచరింపుచున్నవి. గాలి [illegible] కొండమీద నుందరు.

[illegible] చేరినాను. తిరుపతి [illegible] బాగా నడిపించు

[illegible] 1843 [illegible] తిరుపతి [illegible] 1843 లో [illegible] దుర్వినియోగం చేస్తూవున్నా [illegible] 1817 [illegible] 1868 లో [illegible] 1871 లో [illegible] 2-1872 [illegible]

చున్నారు. ఆయూరు వసతిగాకపోయినా అవతల మహారణ్యము గనుక విధిలేక అక్కడ దిగవలసి యున్నది. పోస్టాఫీసు వున్నది. యథో చితముగా వస్తువులు దొరుకును. ముసాఫరుఖానా యున్నది.

౩౧ తేది ౯ ఘంటలకు శెట్టిగుంట చేరినాను. కోన మహా రణ్యము, రాతిగొట్లు, మిక్కిలి దొంగలభయముగలది. [illegible] దూరు [illegible] మానే [illegible] నారి సహాయము లేక మార్గము [illegible] నిశ్చయముగా [illegible] దాటలేరు. కలకటరుగారు ఆదోవను నిర్భయముగా [illegible] నున్నారు. మామండూరికి ఈవల ౫ గడియల దూరాన [illegible] యున్నది. అది మొదలు కడపజిల్లా సరహద్దు. [illegible]లో ముసాఫరుఖానా యున్నది. ఆ భూమిజలము [illegible] పనిదము. అచ్చట [illegible] నదుల వంటి కాలువలు దాటవలెను. [illegible] దాటవలెను. ఘాట బహు రాతిగొట్లు. ఎక్కుడు దిగుడుగా నున్నది. అక్కడి [illegible] మయిన వెదురడవి. ఆ శెట్టిగుంటలో మంచినీళ్ళ చెరువున్నది. రెండు బ్రాహ్మణుల యిండ్లున్నవి. పేటస్థలము. అన్ని వస్తువులు దొరుకును. బాలపల్లె మొదలుకొని కడప కలకటరు అడవికొట్టి బాట వెడల్పుచేసి అక్కడక్కడ ఠాణా లుంచియున్నారు. కరకరంబాడినుండి ఆ వాకిళ్లగాం డ్లను మంచితనము చేసుకొని యిరువై మంది [illegible] శెట్టి గుంట దనుక తెచ్చినాను. నాడు ౬ ఘంటలకు శెట్టిగుంట విడిచి ఆమడ దూరములో నున్న కోడూరువద్దనుండే అగ్రహారములో [illegible] నాను. కోడూరు బస్తీ. పేటస్థలము. ముసాఫరుఖానా యున్నది. బ్రాహ్మణ గృహములేదు. పై యగ్రహారమందు రేమిన్ని దొరకదు. అంగళ్ళులేవు. ఆ బ్రాహ్మణులు పరోపకారులు గారు.

జూన్ ౧ తేది ౫ ఘంటలకు లేచి ఆమడ దూరములో నున్న వోరంబాడు ౯ ఘంటలకు చేరినాను. అది పేటస్థలము. అన్ని వస్తు వులు దొరుకును. ముసాఫరుఖానా యున్నది. ఘాట పరాకము. శెట్టి గుంటనుంచి కోడూరికి అడవిలో దండుఘాట యొకటి పోవుచున్నది. పల్లెలగూడుగా కాలిఘాట యొకటి పోవుచున్నది. కాలిఘాటలో వవా

www.ingramcontent.com/pod-product-compliance
Lightning Source LLC
LaVergne TN
LVHW021427240825
819400LV00048B/1065
* 9 7 8 1 0 2 1 1 7 6 9 5 0 *